பதினாலு நாட்கள்

கிழக்கு பதிப்பக வெளியீடுகளாக சுஜாதாவின் புத்தகங்கள்

மீண்டும் ஜீனோ
நிறமற்ற வானவில்
நில்லுங்கள் ராஜாவே
தீண்டும் இன்பம்
ஆஸ்டின் இல்லம்
அனிதாவின் காதல்கள்
நைலான் கயிறு
24 ரூபாய் தீவு
அனிதா இளம் மனைவி
கொலை அரங்கம்
கமிஷனருக்கு கடிதம்
அப்ஸரா
பாரதி இருந்த வீடு
மெரீனா
ஆர்யபட்டா
என் இனிய இயந்திரா
காயத்ரி
ப்ரியா
தங்க முடிச்சு
எதையும் ஒருமுறை
ஊஞ்சல்
ஓரிரவில் ஒரு ரயிலில்
மீண்டும் ஒரு குற்றம்
விக்ரம்
ஆ..!
நில், கவனி, தாக்கு!
வாய்மையே சில சமயம் வெல்லும்
வசந்த காலக் குற்றங்கள்
சிவந்த கைகள்
ஒரே ஒரு துரோகம்
இன்னும் ஒரு பெண்
6961
ஜோதி
மாயா
ரோஜா
ஓடாதே
மேற்கே ஒரு குற்றம்
விபரீதக் கோட்பாடு
ஐந்தாவது அத்தியாயம்
மலை மாளிகை
விடிவதற்குள் வா
மூன்று நாள் சொர்க்கம்
பத்து செகண்ட் முத்தம்
கம்ப்யூட்டர் கிராமம்
இளமையில் கொல்
மேகத்தை துரத்தியவன்
ஒரு நடுப்பகல் மரணம்
நகரம்
இதன் பெயரும் கொலை
மண்மகன்
தப்பித்தால் தப்பில்லை
விழுந்த நட்சத்திரம்
முதல் நாடகம்
ஆட்டக்காரன்
ஜன்னல் மலர்
என்றாவது ஒரு நாள்
வைரங்கள்
மேலும் ஒரு குற்றம்
சொர்க்கத் தீவு
கனவுத் தொழிற்சாலை
ஆயிரத்தில் இருவர்
பதினாலு நாட்கள்
உள்ளம் துறந்தவன்
பிரிவோம் சந்திப்போம்
கரையெல்லாம் செண்பகப்பூ
இரண்டாவது காதல் கதை
நிர்வாண நகரம்
குருபிரசாதின் கடைசி தினம்
இருள் வரும் நேரம்
திசை கண்டேன் வான் கண்டேன்
ஆழ்வார்கள் - ஓர் எளிய அறிமுகம்
தேடாதே
விருப்பமில்லாத் திருப்பங்கள்
கை
விரும்பிச் சொன்ன பொய்கள்
ஆதலினால் காதல் செய்வீர்
நூற்றாண்டின் இறுதியில் சில சிந்தனைகள்
அப்பா, அன்புள்ள அப்பா
மிஸ். தமிழ்த்தாயே, நமஸ்காரம்!
சிறு சிறுகதைகள்
வாரம் ஒரு பாசுரம்
வானத்தில் ஒரு மௌனத்தாரகை
கடவுள் வந்திருந்தார்
அனுமதி
ஓலைப் பட்டாசு
சேகர், சிங்கமய்யங்கார் பேரன்
கம்ப்யூட்டரே ஒரு கதை சொல்லு
டாக்டர் நரேந்திரனின் வினோத வழக்கு
நிஜத்தைத் தேடி
பாதி ராஜ்யம்
சில வித்தியாசங்கள்
21ம் விளிம்பு
சின்னச் சின்னக் கட்டுரைகள்
ஜீனோம்
கற்பனைக்கும் அப்பால்
மனைவி கிடைத்தாள்
மத்யமர்
ஓரிரு எண்ணங்கள்
ரயில் புன்னகை
தோரணத்து மாவிலைகள்
விவாதங்கள் விமர்சனங்கள்

பதினாலு நாட்கள்

சுஜாதா

கிழக்கு

பதினாலு நாட்கள்
Pathinalu Naatkal
by Sujatha
Sujatha Rangarajan ©

Kizhakku First Edition: December 2010
104 Pages
Printed in India.

ISBN 978-81-8493-611-7
Title No. Kizhakku 592

Kizhakku Pathippagam
177/103, First Floor,
Ambal's Building, Lloyds Road,
Royapettah, Chennai 600 014.
Ph: +91-44-4200-9603

Email : support@nhm.in
Website : www.nhm.in

Cover Image : Shutterstock

Kizhakku Pathippagam is an imprint of New Horizon Media Private Limited

This book is sold subject to the condition that it shall not, by way of trade or otherwise, be lent, resold, hired out, or otherwise circulated without the publisher's prior written consent in any form of binding or cover other than that in which it is published and without a similar condition including this the rights under copyright reserved above, no part of this publication may be reproduced, stored in or introduced into a retrieval system, or transmitted in any form or by any means (electronic, mechanical, photocopying, recording or otherwise), without the prior written permission of both the copyright owner and the above-mentioned publisher of this book.

‘குட்பை என் அன்பே!’ என்று கடைசியாக விமானத்திடம் சொல்லிக்கொண்டான் குமார். முதலில் பந்தாகத்தான் எறியப்பட்டான். ஒரு பின்நோக்கிய அரை வட்டத்தில் அவன் சுருண்டு சுருண்டு மேற்செல்ல, அவன் மூளையில் பிரவகித்த அதிக ரத்தத்தில் அவன் கண்களை மூடிக்கொண்டு இறுக்க மூச்சுப் பிடித்தான். உச்சியிலிருந்து மிக வேகமாக விழ ஆரம்பித்தான். இப்போது அவன் பாரச்சூட் திறந்துகொண்டது. அதன் வார்கள் அவன் உடலில் சுருக்கிடப்பட, அவன் உடல் ஒரு தடவை ப்ரேக் போட்டதுபோல் துடித்தது.

டில்லி
1-12-1971

அன்புள்ள என் கணவருக்கு,

நானும் குழந்தையும் 28-ம் தேதி டில்லி வந்து சேர்ந்தோம். ஸ்டேஷனுக்கு நீங்கள் வரவில்லை என்ற போதே எனக்கு ஒரு மாதிரி ஆகிவிட்டது. உங்கள் நண்பர் ஸ்க்வாட்ரன் லீடர் ராம்தாஸ் வந்திருந்தார். ரொம்பவும் அன்பாக விசாரித்தார். நீங்கள் அவசரமாக டில்லியை விட்டு வேறு இடத்தில் போஸ்ட்டிங்கில் போயிருக்கிறீர்கள் என்றும் எந்த இடம் என்று தெரியாது என்றும் சொன்னார். நீங்கள் அவசரத்தில் கிறுக்கி இருந்த கடிதத்தையும் கொடுத்தார்.

எனக்கு முதன்முதல் என்மேல் மிக ஆத்திரமாக வந்தது. அவ்வளவு பிடிவாதம் பிடித்து, ‘கல்யாணத்துக்குப் போய்த்தான் ஆகவேண்டும், உங்களுக்கு லீவு கிடைக்காவிட்டாலும் பரவாயில்லை’ என்று தனியாகப் போய் விட்டு வந்த எனக்கு இந்தத் தண்டனை- உங்களைப் பார்க்க முடியாத தண்டனை- வேண்டும்தான்.

உங்களைப் பற்றி என்னால் கவலைப்படாமல் இருக்க முடியவில்லை. நீங்கள் எங்கே இருக்கிறீர்கள்? மொட்டையாக ஒரு அட்ரஸ் கொடுத்திருக்கிறார்கள்.

இரவு 'ப்ளாக் அவுட்' அமர்க்களங்களையும், சைரன் களையும், ரேடியோச் செய்திகளையும் பார்க்கும்போது நீங்கள் எந்த விமானத்தில், எந்தப் பிரதேசத்தில், எங்கே பறந்து கொண்டிருக்கிறீர்களோ, என்ன என்ன அபாயங்களுக்கு இடையில்... ப்ளீஸ், திரும்பி வந்துவிடுங்கள்.

உங்கள் பையன், 'அப்பா எங்கே? பாகிஸ்தான்காரனை ஷூட் பண்ணப் போயிருக்கிறாரா?' என்று தொளைக்கிறான். நாள் பூரா வராமல், ஏரோப்ளேன் விட்டுக் கொண்டிருக்கிறான். மாமா வந்து உன் புருஷன் ஃபைட்டர் பைலட்டா, பாம்பர் பைலட்டா என்று தெரியாததுபோல் விசாரித்துவிட்டு திகில் ஊட்டுகிறார். ஏர்ஃபோர்ஸ்காரனைக் கல்யாணம் செய்துகொண்டால் இப்படித்தான் என்று நீங்கள் அடிக்கடி சொல்லுவது ஞாபகம் வருகிறது. 'கவலைப்படாதே. நான் போனால் உனக்கு ஆயிரம் ரூபாயும், ஒரு தையல் மிஷினும் தருவார்கள்' என்று சொல்... சே! அடித்துவிடுகிறேன்.

நீங்கள் திரும்பி வந்ததும் உங்களைச் சற்று நேரம், ஒரு அரை மணி நேரமாவது அப்படியே பார்த்துக்கொண்டிருக்க வேண்டும்போல் தோன்றுகிறது.

மஞ்சு

அந்த விமான நிலையம் மிகவும் இருட்டாக இருந்தது. நட்சத்திர வெளிச்சத்தில் மிகத் தேர்ந்த பூனைக் கண்களுக்கு தள்ளித் தள்ளி நிறுத்தப்பட்டிருக்கும் 'நாட்' விமானங்களின் மெலிய அலுமினியப் பள பளப்பு தெரியலாம். பக்கத்தில் இருந்த தாழ்வான கட்டடங்களின் வாயிலில் அடுக்கப்பட்டிருந்த மணல் மூட்டைகள் தெரியலாம்.

அந்த இடத்திலிருந்து சுமார் ஒரு பர்லாங் தள்ளி ஜாக் போட்டு நிறுத்தப்பட்டிருக்கும் ராணுவ வண்டியின் மெலிய வெளிக்கோடுகள் தெரியலாம். அதன் பாதி திறந்த கதவின் உள்ளே சிக்கலான ரேடார் சாதனத்தின்முன் கூர்ந்து கவனித்துக் கொண்டிருந்த இருவர் தெரியலாம்.

அங்கிருந்து 500 அடி தள்ளி பூமியில் தோண்டப்பட்ட இடத்தில் அமைக்கப்பட்ட இடத்தில் ஒரு பீரங்கியின் வான் நோக்கிய மிக நீண்ட இரட்டை மூக்கு! அதைச் செயல்படுத்தத் தயாராகப் பள்ளத்தில் அமர்ந்திருக்கும் ஒருவன், அவன் அருகில் கிணு கிணுக்கத் தயாராக இருக்கும் ஃபீல்ட் டெலிபோன்.

விமானங்கள் காத்திருந்தன. அந்தக் கணத்தில் அங்கங்கே பலர் காத்திருந்தார்கள். உயர் அதிகாரிகள்,

'கன்னர்'கள் எல்லோரும் ஒரு சொல்லுக்காக, ஒரு ஆக்ஞைக் காகக் காத்திருந்தார்கள்.

தாழ்வான கட்டடங்களைப் பற்றிச் சொல்வோம். கட்ட டத்தினுள் வேறு உலகம். வரிசையான இருண்ட அறைகள். அவற்றில் ஒன்றில் ப்ரீஃபிங் என்று வாயிலில் எழுதப்பட்டிருந்த அறையினுள் மிகத் தாழ அமைக்கப்பட்ட விளக்கின்கீழ் பெரிய அகலமான மேஜையில் இந்திய-பாகிஸ்தான் பிரதேசப் படம் விரித்திருந்தது. அதில் விதவித வர்ணத் தலைகள் கொண்ட குண்டூசிகள் குத்தப்பட்டிருந்தன. மேஜையைச் சுற்றிலும் நின்ற நான்கு விமானிகள் அந்தப் படத்தை மிக ஆர்வத்துடன் கவனித்துக்கொண்டிருந்தார்கள். அவர்களில் ஒருவர் அந்தப் படத்தில் பென்சில் பாதை ஒன்று வரைந்துகொண்டு பேசிக் கொண்டிருந்தார்.

அவர்கள் நால்வரும் இளைஞர்கள். அவர்களுக்கு வயது 28-லி ருந்து 32-க்குள் இருக்கலாம். அவர்கள் உடனே போர் விமானத் தில் செல்வதற்கு ஏற்ப உடை அணிந்திருந்தார்கள். ஜாக்கெட்டும் பேண்ட்டும் ஒன்றாகச் சேர்ந்த உடை அது. அதன் மார்பில் சிறகு விரித்த இந்தியச் சிங்கம். தோள்களில் அவர்கள் பதவிக்கு ஏற்பப் பட்டைகள். (ஒரு ஸ்க்வாட்ரன் லீடர், மற்ற மூவரும் ஃப்ளைட் லெஃப்டினென்ட்கள்.)

ஸ்க்வாட்ரன் லீடர் குமார் அவர்களில் வயதில் மூத்தவன். அவன் தான் மற்றவர்களுக்கு போதித்துக்கொண்டிருந்தான்.

குமாருக்கு 32 வயதிருக்கலாம். அவன் தலைமயிர் மிக க்ளோஸாக வெட்டப்பட்டிருக்க, அகலமான நெற்றியின்கீழ் நீண்ட மூக்கும், முகத்தில் ஷவரப் பச்சையும், மிக மெல்லிய உதடுகளும் (அதே உதடுகள் குழந்தை ஹரியிடம் மறுபடி) அவன் முகத்தில் சற்று அதிக தீவிரத்தைக் காட்டின. அவன் பேச்சில் அனாவசிய வார்த் தைகள் இல்லை. தெளிவாக, சுருக்கமாக இருந்தது. கேட்கலாம்.

'பேல் அவுட். அடிபட்டால் தயங்கவே தயங்காதீர்கள். உடனே குதித்துவிடுங்கள். ஞாபகம் இருக்கட்டும். பாரச்சூட் விரிவதற்கு கொஞ்சம் உயரம் தேவைப்படும். அப்புறம் பாரச்சூட் திறக்க வில்லை, மண்டையில் அடிபட்டது என்று தலைவலியுடன் திரும்பிவந்து என்னிடம் புகார் செய்யவேண்டாம்.'

அவர்கள் சிரிக்கவில்லை. பாரச்சூட் திறக்காவிட்டால் என்ன ஆகும் என்பது அவர்களுக்குத் தெரியும்.

'அவர்கள் இரண்டு ஸ்க்வாட்ரன் ஸேபர் விமானங்களை அந்தப் பகுதியில் வைத்திருக்கலாம். நம் முதல் லட்சியம் ஜெஸ்ஸூர், கோமில்லா, மைமன்ஸிங், டாக்கா இவற்றைத் தாக்குவது. மிலிட்டரி இலக்குகளைத் தாக்குங்கள். ரன்வேக்களை, ரேடார் நிலையங்களை, பீரங்கிகளைத் தாக்குங்கள். ஸேபர் விமானங் களைப் பார்த்தால் உடனேதுரத்தலாம். எஃப் 104 வந்தால் உடனே மேலே உயரம் பெற்று உடனே சரிந்து அவன் வாலைப் பிடித்துக் கொள்ளுங்கள். ஞாபகம் இருக்கட்டும். அவனிடம் மிக நூதன மான, சிக்கலான ஆயுதம் இருக்கிறது. ஆனால் அவை சிக்கலாக இருப்பது நமக்கு அனுகூலமானது. அம்யூனிஷனை வீணாக்கா தீர்கள். ஃபார்மேஷனை விட்டு விலகக்கூடாது. ரேடியோவில் மிகக் கொஞ்சம் பேசவேண்டும். அவசியமில்லாத வார்த்தைகள் வேண்டாம்.'

'குமார்! வென் டு வி ஸ்டார்ட்?' என்றான் இளம் அனில். 'ஸாரி, தட் ஷுட் ரீட் - சார்! வென் டு வி ஸ்டார்ட்?' என்றான்.

அவர்கள் எல்லோரும் ஒரே ஸ்க்வாட்ரன். ஒரே வருஷம் சேர்ந்தவர்கள். குமார் அவர்களில் சீனியர். சமீபத்தில் பதவி உயர்ந்தவன்.

'விடிவதற்கு முன் கிளம்புவோம். ஆர்டர் வரட்டும்.'

'இப்போது என்ன?'

'ஜஸ்ட் ரிலாக்ஸ்.'

அனில், குமாரின் அருகில் வந்து அவனுடன் நடந்தான். அவன் ஒரு சிகரெட்டைப் பற்ற வைத்துக்கொண்டான். குமார் சிகரெட் பிடிப்பதில்லை.

அவர்கள் ஒரு மூலையில் நின்றார்கள்.

'ஸோ?' என்றான் அனில்.

'திஸ் இஸ் இட்.'

'போர்.'

'ஆம்.'

'இந்தத் தடவை அவர்கள் செம்மையாக வாங்கப்போகிறார்கள்.'

'ஆம்.'

'பத்தான்கோட், ஸ்ரீநகர், ஆக்ரா, அம்பாலா, சந்திகர், அம்ரிட்ஸர், எல்லா இடத்திலும் ஒரே சமயம் தாக்கியிருக்கிறார்கள்!'

'ஆம்.'

'எப்படி ஆக்ராவுக்கு அவனால் வர முடிந்தது? ரேடார் என்ன செய்துகொண்டிருந்தது?'

'தாழப் பறந்திருக்கலாம்.'

'முன்னூறு மைலா? இம்பாஸிபிள்.'

'நாம் இதை எதிர்பார்த்தோம்!'

'ஆம், நமக்குச் சேதம் இல்லை.'

'என்று சொல்கிறார்கள்...'

'நீ அதை நம்பவில்லையா?'

'நம் கடமை கேள்விகள் கேட்பதல்ல. நாம் போவோம், தாக்குவோம், திரும்புவோம்.'

'ஆம், நாம் போவோம். என் உடல் துறுதுறுக்கிறது.'

'ஈஸி!'

'1965 போரில் நான் ராஜஸ்தானில் ஹண்டர் விமானங்கள் ஓட்டிக் கொண்டிருந்தேன். இரண்டு பேர்களை வீழ்த்தி இருக்கிறேன். இரண்டாவது தடவை அடிபட்டேன். குதிக்கவில்லை. எல்லா எச்சரிக்கை விளக்குகளும் எரிந்துகொண்டிருந்தன. வந்து விட்டேன்!'

'லக்! அதிர்ஷ்டம்! ஆனால் அதிர்ஷ்டத்தை அதிகம் இழுக்கக் கூடாது. அடிபட்டால் ஸ்டண்ட் கூடாது. குதித்துவிடு. உன்னைக்

காப்பாற்றிக் கொள். நீ முக்கியம். நீ மறுபடி தேவை. விமானம் போய்விட்டால் பங்களூரில் மற்றொன்று தயாரித்துக்கொள்ள லாம். நீ போய்விட்டால் உன்னுடன் போவது ஒரு பைலட். உனக்கு அளிக்கப்பட்ட பத்து வருஷத் திறமை!'

'உன் மனைவி எங்கே?' என்றான் அனில்.

'டில்லியில் இருக்கிறாள். டில்லிக்கு வந்திருக்கவேண்டும். என் பையனும் வந்திருப்பான். நான் கிளம்பும்போது அவர்கள் அங்கு இல்லை. அவள்...'

அந்த இடத்து டெலிபோன் ஒலித்தது. எல்லோரும் குமாரைப் பார்த்தார்கள். குமார் அதை எடுத்துக் கேட்டான்.

வைத்ததும், 'ஹியர் வி கோ பாய்ஸ்! தம்ஸ் அப்' என்றான். அவர்கள் உடனே தத்தம் ஹெல்மெட்களை எடுத்துக்கொண்டு அவற்றை அணிந்துகொண்டே விமானங்களை நோக்கி வெளியே ஓடினார்கள் . தூரத்தில் வானத்தில் இருள் விரிவதற்கு முன்னடையாளமாகக் கிழக்கில் வெண்மை தெரிந்தது.

தன் விமானத்தை நோக்கி ஓடிய குமாருக்கு திடீரென்று நினைவு வந்தது. தான் அந்த விமான நிலையத்துக்கு வந்ததிலிருந்து தன் மனைவி மஞ்சுவுக்குக் கடிதம் எழுதவில்லை என்பது.

திரும்பி வந்ததும் எழுதிக்கொள்ளலாம்.

திரும்பி வந்ததும்...

பாகிஸ்தான் ராணுவப் படையில் 32-வது பலூச் ரெஜிமெண்ட்டைச் சேர்ந்த கேப்டன் சுல்தான் மகமதின் ரத்தத்தில் ஹீமோக்ளோபினைவிட இந்திய வெறுப்பு அதிகம் இருந்தது.

மகமத் சுதந்தர பாகிஸ்தானில் வளர்ந்தவன். அவன் குடும்பம் ராணுவக் குடும்பம். அவன் அப்பா மேஜராக இருந்தவர். அவன் மாமா மெடிகல் கோரில் ராணுவ டாக்டர். சிறு வயதிலிருந்தே பாலுடன் ஜிஹாத் புகட்டப்பட்டது. கற்றுத்தரப்பட்ட வெறுப்பு களை மகமத் சுலபமாக ஆட்கொண்டான். அவன் அப்பா அவனுக்குப் பதினொன்றாம் வயதில் சுடக் கற்றுக் கொடுத்தார். பறவைகளை, மிக அழகிய வெண் பறவைகளின் நீலவானப்

பரப்பில் குறுக்கிட்டு அவற்றுக்கு சாசுவதமான ரத்த முத்திரை தந்து வீழ்த்தும்போதெல்லாம் மகமத் துல்லியமாக சந்தோஷம் கொண்டான்.

பஞ்சாபி முஸ்லிம் குடும்பத்தைச் சேர்ந்த மகமத் நல்ல சிவப்பாக இருந்தான். அவனை அவ்வளவு அழகு என்று சொல்ல முடியாது. ஆனால் உடல் வளம். சுமார் ஆறு அடி உயரம். நெற்றிப் புருவத்தில் ஒன்றுசேர்ந்த தன்மையிலும், சதுர முகத்திலும், மீசை அடர்த்தியிலும், ராணுவ உடுப்பை மீறி விண் என்று இருக்கும் இரும்பு புஜங்களிலும் அவன் சில விஷயங்களில் தயங்கவே மாட்டான் என்பது தெரியும்.

மகமதின் தந்தை 1965 போரில் இறந்தபோது மகமதின் சபதம் 'இந்தியாவைத் தாக்குவேன்!'

காஷ்மீர் எனும் எட்டாத ரோஜா அப்போது. இப்போது காஷ்மீர் மட்டுமல்ல, ஆதிக்கத்துக்குக் கீழ்ப்படிய மறுக்கும் கிழக்கு பாகிஸ்தான் பெங்காலிகள், அரை உடை அணிந்து அரிசிச் சோறு தின்றுகொண்டு, இந்திய தைரியத்தில் சுதந்தரம் பேசும், வானத்தில் சுட்டால் சிதறி ஓடும் ஜனங்கள்.

இவர்களுக்குத் தைரியம் தந்தது யார்? இந்தியா! இந்தியாவைப் பற்றி எந்தச் செய்தியும் அவனுக்குப் பிடிக்காது. இந்தியத் திரைப்படப் பாடல்கள் இனிமையாக இருப்பதில் அவனுக்கு வெறுப்பு. இத்தனை வருஷங்கள் இன்னும் அங்கு ஜனநாயகம் இருந்து தொலைக்கிறதே என்று வெறுப்பு.

சென்ற 1965 போரில் அவர்களைத் தோற்கடிக்க முடியவில்லை. இப்போது? இப்போது அவர்களை முத்தமிடச் செய்திருக் கிறோம். நாங்கள் மறுபடி வெல்வோம்! சுல்தான் மகமத் டாக்காவில் ஒரு ஸி 130 விமானத்தில் சில மாதங்களுக்குமுன் மற்றவர்களுடன் வெள்ளமாக வந்து இறங்கியபோது அவனு டைய ரெஜிமெண்டின் லெஃப்டினென்ட் கர்னல் அவர்களிடம் சொன்னது ஒரு வார்த்தை. 'சுடுங்கள்.'

சுல்தான் மகமத் சுட்டான், இந்தியர்களை அல்ல. டாக்காவுக்குத் தெற்கே நாராயணகஞ்சைக் கடந்து பத்மா நதி அருகே ஒரு சிறிய கிராமத்தில் அவன் முதன்முதல் சுட்டான்.

நாற்பது பேருடன் ஒரு ராணுவ டிரக்கில் அவன் அங்கே இற ங்கியபோது பிற்பகல். அமைதியான, பசுமையான, சமீப மழை யில் குளித்த தென்னை மரங்கள் நிரம்பிய கால்வாய்கள் துள்ளும் கிராமம். புரியாத பெங்காலி எழுத்துக்கள் கொண்ட போர்டு களின்கீழ் கடைகள் அடைத்து வெறிச்சென்றிருந்தன. முக்தி பாஹினியின் ஆதிக்கம் அங்கே இருப்பதால் அந்த இடத்தைத் துடைத்துவிட்டு வரும்படி அவனுக்குக் கட்டளை.

கையில் துப்பாக்கி. மெதுவாக நடந்தார்கள். அவசர அவசரமாக வீட்டுக்குள் குழந்தைகளை இழுத்துக்கொண்டு மறையும் பழுப்புக் கரங்கள். அமைதி. உடன் வந்த என்.சி.ஓ.விடம், 'பத்துப் பத்துப் பேராகப் பிரியுங்கள். ஒவ்வொரு குடிசைக்கும் சென்று இளைஞர்களை இழுத்து வாருங்கள்' என்றான். மகமத் மெதுவாக நடந்தான். ஒரு தபாலாபீஸ், அதனருகில் ஒரு சிறிய காம்பவுண்டுக்குள் காலியான பள்ளிக்கூடம். அதனுள் தரையில் பலகைகள், கரும்பலகைகள். பாதி அழிந்த எழுத்துகள். பெங்காலி எழுத்துகள். உருது இல்லை. அதே காம்பவுண்டுக்குள் மூலையில் ஒரு வீடு இருந்தது. மகமத் அந்த வீட்டுக்குச் சென்று அதன் மூடியிருந்த கதவில் தன் துப்பாக்கியின் பின்பகுதியால் அடித்தான். அமைதிதான். மேலே பறவைகள் உற்சாகமாகக் கிறீச்சிட்டுக்கொண்டிருந்தன.

'கதவைத் திற!' மறுபடி இடித்தான். கூட வந்திருந்த சார்ஜெண்ட் மிக வேகமாக இடிக்க, உள்ளே கயிறு கட்டப்பட்டு தாற் காலிகமாக உயிரைப் பிடித்துக்கொண்டிருந்த கதவு பட்டென்று திறந்தது.

ஒரு சிறிய அறையின் மூலையில் ஒரு கிழவன். ஒரு கணவன். ஒரு மனைவி. அவள் கையால் வாய் பொத்தப்பட்டிருக்கும் எட்டு வயதுப் பெண்.

'வெளியே வா!' என்றான்.

கிழவன் மண்டியிட்டு கைகளை மேல்நோக்கிக் காட்டி அல்லாவைக் கூப்பிட்டான். அந்தப் பெண் அணிந்திருந்த பருத்தி உடை மார்பில் நனைந்திருந்தது. அந்தக் கணவன் பெங்காலியில் கிழவனிடம் ஏதோ சொன்னான். சார்ஜெண்ட், கணவனைக் குறி பார்த்தான்.

'சுடாதே' என்றான் மகமத்.

'வெளியே வா' என்றான்.

என்.சி.ஓ. அவர்களை ஓட்டி வெளியே கொண்டுவந்தான். செங்கல் பெயர்ந்த காம்பவுண்டு சுவரருகில் ஒரே ஒரு மரமும் மர நிழலுமாகச் சுத்தமாக இருந்தது. அந்தப் பறவைகள் மறுபடி வந்துவிட்டன. அவை கூப்பிட்டுக்கொண்டே இருந்தன.

மகமத் அந்த மனைவியையும் அந்தப் பெண்ணையும் பார்த்தான். அவர்கள் கண்களில் தெரிந்த பயத்தை விவரிக்க முடியும்வரை எழுதவேண்டும்!

அந்த மனைவி!

காரிஸனில், தன் சகாக்களின் தீரச் செயல்களை நிறையக் கேட்டிருக்கிறான். யார் சொன்னார்கள்? ஆஸிப்தானே சொன்னான்? 'பெண்களைக் கொல்லக்கூடாது. சில பெண்கள் அழகாக இருக்கிறார்கள். அவர்கள் மார்பில் அணிவதில்லை. அந்தத் தாமிர நிறம் மிகவும் கவர்ச்சியானது. அவர்கள் ஓடும் போது அவை அசைவதைப் பார்க்கலாம். ஷூட் தி பாய்ஸ், கீப் தி கர்ல்ஸ்.'

மகமத் அந்த மனைவியைப் பார்த்தான்.

One day I saw Airman John
Put his flying helmet on
He put on his coat of blue
Strapped his parachute on too
Then he got up in his plane
Took his maps out once again
Zoom he went as he flew by
Like a big bee in the sky
One day I'll be big and strong
And fly a Plane like Airman John.

-குழந்தை ஹரியின் பள்ளிப் புத்தகத்திலிருந்து.
(மாக்மில்லன் கம்பெனிக்கு நன்றியுடன்.)

ஆபரேஷன்ஸ் ரூம். கண்ணாடிக் கதவுகளில் பழுப்புக் காகிதங்கள் ஒட்டப்பட்டிருந்தன. உள்ளே அச்சம் தோற்றுவிக்கும் சுறுசுறுப்பு. விறைப்பான உடை அணிந்த குரூப் கேப்டன் அருகே ஓர் உயர் ராணுவ அதிகாரி, டெலிபோன்களில் ஒன்றில் கவனித்துக்கொண்டிருந்தார். எதிரே அகலமான சுவர் முழுவதும் ஆக்ரமித்த கரும்பலகையில் செய்திகள் சாக்கட்டி இட்டிருந்தன. அன்றைய தினம் பறக்கப் போகும் விமானத் தொகுதிகளில் சங்கேதங்கள், முதல் தினம் சென்ற விமானங்கள், செய்த தாக்குதல்களின் விவரங்கள், திரும்பி வந்த விமானங்களின்,

திரும்பி வராதவையின் எண்ணிக்கை, வானிலை விவரங்கள், வெவ்வேறு உயரங்களில் காற்றின் திசை, வேகம், மேகங்கள் இவைகளின் உத்தேசங்கள். மேகங்களின் வினோதப் பெயர்கள்- ஸிர்ரஸ், ஸ்ட்ராட்டோ க்யுமுலஸ், க்யுமுலோ நிம்பஸ்...

டெலிபிரிண்டர் சாதனம் பரபரப்பான வார்த்தைகளாகத் துடித்துக் கொண்டிருந்தது. சளைக்காமல் கட்டளைகள் பிறப்பித்துக் கொண்டிருந்தது. பாரக்பூர் கமாண்ட் தலைமை நிலையத் திலிருந்து வரும், சிலருக்கு மட்டும் புரியும் சங்கேதச் செய்திகள். விதவிதமான ஆணைகள். எந்த எந்த இடத்தில் எந்த எந்த வகைத் தாக்குதல். அந்த ஆணைகளுக்குக் கட்டுப்பட்டு சில விமானங்கள் வேவு பார்க்க, மர உச்சிகளின் ஊடே தைரியமாகப் பறந்து, எதிரிகளின் ராணுவ நிலைகளைப் பற்றிச் செய்தி கொண்டுவரப் போகின்றன. பாம்பர் விமானங்கள் வேறுவேறு விமான நிலையங்களையும், ராணுவ காரிஸன்களையும், துறைமுகச் சாதனங்களையும் இரக்கமில்லாமல் தாக்கப்போகின்றன. முன்னேறும் இந்தியத் தரைப் படைக்கு வான பலமாக ஃபைட்டர் விமானங்கள் எதிரி டாங்க் ரெஜிமெண்ட்களையும் பீரங்கி நிலைகளையும் சிதற அடிக்கப் போகின்றன.

ஸ்க்வாட்ரன் லீடர் குமார் தன் சகாக்களுடன் அதைத்தான் செய்யப்போகிறான்.

மெதுவாக தன் நாட் விமானத்தில் ரன்வேயை அணுகும்போது அவனுடன் நிழலாக, ஒழுங்காக இரண்டு விமானிகள் தொடர்ந் தனர். (மற்றவர்கள் அடுத்த முறைக்குக் காத்திருக்க வேண்டும்.) அவர்கள் அவன் நிழல்தான். அவனுடைய மெய்க்காப்பாளர்கள். அவனுடன் ஒட்டிப் பறப்பார்கள். குமார் அந்த ஃபார்மேஷனின் தலைவன். உடன் வரும் அவர்கள் அவன் சுடச் சொன்னால் சுடு வார்கள். அவர்கள் பேச மாட்டார்கள். அந்த மூவரின் விதிகளும் அந்த வானத்து முக்கோணத்தில் ஒன்றாகப் பிணைக்கப்பட் டிருக்கும்.

பிரியும் இரவு, விடியும் காலை மெல்லிய வெளிச்சம். குமாரிட மிருந்து கண்ட்ரோலுக்கு, கண்ட்ரோலிலிருந்து குமாருக்கு என்று ரேடியோச் செய்திகள் சிக்கனமாகப் பரிமாறிக் கொள்ளப்பட் டன. இது ஒரு யாகம். ஆம், இந்த வார்த்தைகள் எல்லாம் யாகத் தின் மந்திர வார்த்தைகள். இளங்காலையில் அவர்கள் எழுப்பப் போகும் அக்கினிக்கு முன்னேற்பாடுகள்.

குமார் ரன்வேயில் நுழைந்ததும் தன் இன்ஜினுக்கு அதிக சக்தி கொடுத்துச் சீறினான்.

அவர்கள் மூவரும் மிக அழகாக ஒரே விமானம்போல் ஒன் றாகவே அதிர்ந்து உயர்ந்து உடனே சர்ரென்று வான் நோக்கி மடங்கினார்கள். அந்த மூவரையும் ஒரு சூட்சும இணைப்பு ஒட்டி வைத்திருப்பதுபோல, சில நிமிஷங்களில் பங்களாதேஷின் எல்லையைக் கடந்து உட்சென்றுவிட்டார்கள்.

குமாரின் பாதையும் முன்பே நிர்ணயிக்கப்பட்ட பாதை. எத்தனை நிமிஷங்கள் அவன் கிழக்கே பறக்கவேண்டும், எப்போது வட கிழக்கே திரும்பவேண்டும் எல்லாம் நிர்ணயிக்கப்பட்டு விட்டன. அவன் இலக்கு ஜெஸ்ஸூர் அருகில் இந்தியப் படைகளை எதிர் நோக்கிப் போராடும் பாகிஸ்தானியர்களின் சீனத்து டி-59 டாங்குகளும், ஆர்மர்ட் கார்களும், ஜீப்களும், பீரங்கி வண்டிகளும், ஏன் ட்ரென்ச் குழிக்குள் இருக்கும் மனிதர் களும் கூடத்தான்.

துல்லியமான வானம். தொடுவானத்தில், சிந்தப்போகும் ரத்தத் துக்கு ஞாபகமாக சிவப்பு வெள்ளம். கீழே பசுமை ஈரம் நிரம்பிய அழுக்குப் பச்சை நதிகளின் நெளிவுகள். பெரிய நதி, குட்டி நதி, சணலுக்கும் நெல்லுக்கும் ஏற்ற சதுப்பு பூமி, அடர்ந்த பசுமைக் காடுகள். அவற்றின் கரும்பச்சை இருட்டுக்குள் என்ன என்ன பொதிந்திருக்கும்!

சுதந்தர தாகம், பயம், மலேரியா, வஞ்சம்... அவற்றுக்குள் குமார் தேடவேண்டும்.

குமாரின் ஃப்ளைட் ஒரு அபாயம் நிறைந்த பறப்பு. அவன் செல்வது லோ ஆல்டிட்யூட் க்ளோஸ் ஏர் சப்போர்ட் என்ற தாழப் பறக்கும் நெருக்கமான வான்வழி உதவிக்கானது.

பங்களாதேஷ் போன்ற மரங்களின் அடர்த்தி நிறைந்த நிழல்களின் ரகசியங்கள் நிறைந்த பிரதேசத்தில் இந்த முறையில்தான் தரைப் படைகளுக்கு வானிலிருந்து பக்கபலம் தர முடியும். எதிரிகளின் பீரங்கிகள் எல்லாம் மறைந்திருக்கும் அல்லது சாமர்த்தியமாக மறைக்கப்பட்டிருக்கும். அவற்றைக் கண்டுபிடிக்க மிகத் தாழ் வாகப் பறக்கவேண்டும். நூறிலிருந்து ஐநூறு அடிக்குள். அதே சமயம் எதிரிகளின் ஆன்ட்டி ஏர்க்ராஃப்ட் பீரங்கிகளிடமிருந்தும்

தப்பிக்கவேண்டும். அதற்காக மிக வேகமாக சுமார் 600 மைல் வேகத்தில் பறக்கவேண்டும். அந்த வேகத்தில் எதிரி இலக்குகளைக் கண்டுபிடித்துச் சுடவேண்டும். அதே சமயம் அருகேயே இருக்கும் இந்தியப் படைகளைத் தவிர்க்கவேண்டும். சற்றுச் சிக்கலான காரியம்தான். அதற்காகத்தான் அவனுக்கு மிக நுட்பமான விவரங்கள் தரப்பட்டிருக்கின்றன. ஜெஸ்ஸூரின் எந்தப் பகுதியில் பாகிஸ்தானியர்கள் இருக்கிறார்கள்? எந்தப் பகுதியில் இந்தியர்கள் இருக்கிறார்கள்?

குமாரின் விமானம் சற்றுப் புதிதான விமானம். அதன் செயல்கள் சற்று இறுக்கமாக இருந்தன. பழகிவரும் அவன் 5,000 அடியில் பறந்துகொண்டிருந்தான். தாழப் பறக்க இன்னும் சமயம் வரவில்லை. இன்னும் சில நிமிஷங்கள் உள்ளன. நிமிஷங்கள் அவனுக்கு வெள்ளம்! மஞ்சு! அவள் என்ன செய்துகொண்டிருப்பாள்! இன்னேரம் எழுந்திருப்பாள். நான் அருகில் படுத்திராவிட்டால் அவளுக்குத் தூக்கம் வராது. ஏன், பல தினங்கள் நான் எழுந்திருப்பதற்குமுன் எழுந்து என்னையே... நான் தூங்குவதையே பார்த்துக்கொண்டிருப்பாள். மெலிதாக நெற்றியில் முத்தமிடுவாள்.

குமார் தன்னை உலுக்கிக்கொண்டான். பெண்டாட்டியைப் பற்றி நினைக்க என்ன விநோதமான இடம்! எத்தனை பாடங்கள்! இந்தக் கணக்குக்குமுன் எத்தனை பயிற்சிகள். பாகிஸ்தானிடம் இருக்கும் விமானங்கள் ஒவ்வொன்றின் அமைப்பையும் அவன் கனவில்கூடச் சொல்வான். கான்பெர்ரா மிக் 19, எஃப் 104, மிராஜ், எஃப் 86, ஸேபர். மஞ்சு ஃபில்டரைத் தட்டி சப்தம் போடுவாள். பங்களாதேஷின் விமான நிலையங்கள் ஒவ்வொன்றும் வானத்திலிருந்து எப்படித் தோன்றும் என்பதை ரிகானஸன்ஸ் எடுத்த நூற்றுக்கணக்கான படங்களை ஆராய்ந்திருக்கிறான்.

மஞ்சுவைக்கூட போட்டோவைப் பார்த்துத்தான் சம்மதம் தெரிவித்தான். 'உன் தொடையில் இத்தனை பெரிய மச்சம் இருக்கும் என்று கல்யாணத்துக்கு முன்னாலேயே சொல்லியிருக்கவேண்டாமா!' ஜெஸ்ஸூரின் ஜனத்தொகை தெரியும் அவனுக்கு. மஞ்சு பிறந்த ஸ்ரீரங்கத்தின் ஜனத்தொகை? பத்தாயிரமா? ஜெஸ்ஸூர் கண்டோன்மென்ட் எங்கிருக்கிறது? காரிஸன் எங்கிருக்கிறது? குடிதண்ணீர்த் தேக்கங்கள் எங்கிருக்கின்றன? எல்லாம் தெரியும். மஞ்சுவின் உடம்பின் ஒவ்வொரு அங்குலமும் தெரியும். அதேபோல டாக்கா கோமில்லா மைமன்சிங் குல்னா. மஞ்சு.

அவன் விரல்களின் ஆணைக்காக எத்தனை சக்திகள் காத்திருக் கின்றன. அவன் தொட்டால் சீறித் துடிக்கப்போகிற இரண்டு 30 மில்லிமீட்டர் கன்கள், பன்னிரண்டு ராக்கெட் சாதனங்கள். ஹரி, அவன் சொன்னால் கேட்கவே மாட்டான். அவனுக்கு ஆபத்து ஏற்பட்டால் உடனே அவன் விரும்பினால் அவனைத் தூக்கி எறிந்து பாரச்சூட் விரியவைக்கக்கூடிய 'பேல் அவுட்' சாதனம். மஞ்சு தன் மாங்கல்யத்தில் மஞ்சள் தடவுவாளா? அவன் சுடப் போகும் திறமையை போட்டோ பிடிக்கக்கூடிய, தானாக இயங் கக் கூடிய கேமரா சாதனம். ஹரி! சிரி பார்க்கலாம். எங்கே சிரி... சிரிடா, சிரி! க்ளிக்! 'அப்பா எப்பவாவது சிரித்தால்தானே அவன் சிரிக்கப்போகிறான்?'

ஜெஸ்ஸூர் செல்லும் பாதை, மரங்களின் மறைவின் ஊடே ஒளிந்து மறைந்து தெரிந்தது. அதில் இந்தியத் தளவாடங்கள் நிழலில் மலைப்பாம்பு நகருவதுபோல் முடிவில்லாமல் நகரு வது தெரிந்தது. வரப்போகிறது, இறங்கவேண்டும்.

த்ராட்டிலைக் குறைத்து விமானத்தை முன்னே சரித்தான். அவன் விமானத்தின் குறுகிய உலகத்தில் இறக்கைகளும், பீரங்கிகளும், ராக்கெட்டுகளும், பிராண வாயுவும், டர்பைன் கெரோசினைச் சாப்பிட்டு 600 மைல் வேகத்தில் அவனைச் செலுத்தும் இன்ஜினும் யாவும் அவன்தான். அவன் மூளை செல்களில் பிடிக்கும் விருப்பங்களுக்கு உடனே செயல்தரும் மனித-மெஷின் ஒற்றுமை.

தொண்டையில் பதிந்திருந்த சிறிய மைக்ரோபோனில் சிக்கன மாகப் பேசினான். 'ப்ளூ ஃபார்மேஷன் அப்ரோச்சிங் டார்கெட்!' இலக்கை நெருங்குகிறோம்.

கீழே இறங்க, மரங்களின் மண்டைகள் விஷ் விஷ் என்று ஆர்ப் பாட்டத்துடன் எதிரே விரைய, அவன் கண்கள் கூர்மையாயின. ஜெஸ்ஸூர் நகரை நெருங்குகிறோம். அதன் மேற்கிலேயே பாகிஸ்தானியர்கள் பொதிந்திருப்பார்கள். என்ன அழகான பச்சைப் போர்வை. ஜாக்கிரதை, என்னேரமும் பீரங்கிகள் வெடிக் கலாம். எங்கே அந்த முகாம்?

இப்போது அவர்கள் மிக தாழப் பறந்துகொண்டிருந்தார்கள். கிழக்கு மேற்குச் சாலையில் ஊருக்கு வெளியே சாலையின் கரை யிலேயே ஒரு குளம் இருக்கும். அந்தக் குளத்துக்கு வடகிழக்கே

பூமி சற்றுச் சமனமாக இருக்கும். அதன் அருகில் இப்போது அவர்கள் இருக்கிறார்கள். எத்தனை ஏரிகள், எத்தனை குளங்கள், சமீப மழையில் நிரம்பிய குளங்கள்... ஆனால் சாலை அருகில் குளம்... அதோ!

அதோ, அதன் வடகிழக்கில் அந்த மைதானம்... மைதானம். சோலைகளில் கரையும் விளிம்பில் அந்தக் கூடாரங்களைப் பார்த்துவிட்டான். இந்த இடம்தான். இன்னும் தாழ்ந்தான். பொதிந்த நிழல்களில் டிரக்குகள் சிதறிச் சிதறி நிற்க வைக்கப் பட்டிருந்தது தெரிந்தது. சில டாங்குகள் தெரிந்தன. ஆர்மர் கார்கள் தெரிந்தன. கரும்பச்சை வர்ணம் அடித்து இலைகளால் மறைக்கப்பட்டிருந்தன. ஆங்கில இஸட் வடிவத்தில் வெட்டப் பட்டிருந்த ட்ரென்ச்சுகள் தெரிந்தன. 'ப்ளூ செக்ஷன், டூ யூ ஸீ தெம்!' என்றான் ரேடியோவில். 'அஃபர்மேட்டிவ்' என்று ஆமோதித்து இரு பக்க விமானங்களில் இருந்தும் பதில் வந்தது.

அவர்களை நிச்சயம் பார்த்துவிட்டார்கள். சற்றுக் கிழக்கிலிருந்து ஆண்ட்டி ஏர்கிராஃப்ட் பீரங்கிகள் உடனே செயல்பட ஆரம்பித்து அவர்களை வரவேற்றன. அவர்களின் அபார வேகத்தைத் திட்ட மிடாமல் வெடிக்கப்பட்ட குண்டுகள் தாழ்வான அரை வட்டத்தில் எங்கோ கன்னாபின்னா என்று வெடித்தன. முட்டாள்கள்! குண்டுகளை விரயம் செய்கிறார்கள்.

'ஃப்ளாக் ஸ்லைட்லி அஹெட், ஃபாலோ மி' என்று உடனே உயர்ந்து விமானத்தின் அத்தனை ஆவேசங்களையும் பயன் படுத்தி மிக இறுக்கமாகத் திரும்பினான். அவர்கள் அவனை ஒட்டித் திரும்பினார்கள்.

தெற்கு வடக்காகச் செலுத்தத் திட்டமிட்டான். மர நிழல்களில் மறைந்திருந்த டாங்கிகள் தெற்கு வடக்காகத்தான் நின்று கொண் டிருந்தன.

கீழே பீரங்கி ஆசாமி அவர்களை நோக்கித் திரும்பிக் கொண் டிருந்தான்.

'அனில், டூ யூ ஸீ தி கன்ஸ்?' என்று கேட்டான்.

'அஃபர்மேட்டிவ்!'

'நேராக அவனைத் தாக்கு. நான் டாங்குகளைக் கவனிக்கிறேன்.'

'ராஜர்.'

மறுபடி அவர்களை நோக்கிச் சரியும்போது கன்னா பின்னா என்று அவர்களை நோக்கி பீரங்கிகள் வெடிக்க, அந்தச் சிறிய மைதானத்தில் பல பேர் சிதறி ஓடுவதும், உடனே சரணாகதியாகப் படுத்து காதைப் பொத்திக்கொள்வதும், குமாருக்கு மிக அருகே ஒரு ஷெல் வெடித்து அவன் விமானம் சற்று அதிர்ந்தது.

கன்களின் ஸேஃப்ட்டி காட்ச்களை விடுவித்தான்.

'லெவல் அவுட் அட் ட்ரீ டாப் ஹைட்ஸ்' என்று பணித்தான்.

சரிந்து, சரிந்து,

அவன் விரல் கொடுத்த ஆணையில் அவன் ராக்கெட்களில் கூரிய தீச்சரங்கள், இரும்பைத் துளைக்கக் கூடிய தீச்சரங்கள், ஏதோ அவசரமாக நெருப்பு நடவு நடுவதுபோல அந்த டாங்கிகளின் மேல் டகடகடகட் என்று பாய்ந்தன.

அனில் அந்த ஆண்ட்டி ஏர்கிராஃப்ட் பீரங்கியைத் தீர்மானமாகத் தாக்கினான்.

குமார் மறுபடி உயர்ந்தான். இன்னும் அந்தப் பைத்தியக்கார பீரங்கிகள் வெடித்துக்கொண்டிருந்தன. 'ஸாரி! தப்ப விட்டு விட்டேன்' என்றான் அனில்.

குமார் மறுபடி திரும்பியபோது மூன்று டாங்குகள் தீப்பற்றிக் கொழுந்தாக எரிவதைப் பார்த்தான். இனி அந்த டாங்குகளில் இருக்கும் எண்ணெயும் குண்டுகளுமே காரியத்தை முடித்து விடும். அந்தத் தீக்கொழுந்து வளர்ந்து அதனுள் விதவித உலோகங்கள் எரிய, விதவிதமான வர்ணங்கள் தெரிய ஆரம்பித்தன.

'மறுபடி' என்றான் குமார்.

'சுதாகர், திஸ் டைம் யூ கெட் தி கன்ஸ்.'

சுதாகர் அவன் இடது பக்க விமானத்து விமானி.

'ராஜர்!' என்றான் சுதாகர்.

குமாரின் ரத்தத்தில் குதூகலம் ததும்பியது. இன்னும் அந்த பீரங்கிகள் அவர்களை நோக்கி வெடித்துக்கொண்டுதான் இருந்தன. ஆனால் போதாது. பழக்கமில்லாதவன் போலும். அந்த அசாத்திய வேகத்தை அவனால் சமாளிக்க முடியவில்லை.

இப்போது டாங்கிகள் இருக்கும் இடத்தைக் கண்டுபிடிப்பது சுலபமாக இருந்தது. நெட்டையாக எரிந்துகொண்டிருந்த தீ அடையாளம் காட்டியது. இன்னும் பாக்கி இருக்கிறார்கள்.

மறுபடி சரிந்தார்கள்.

இந்த முறை சுதாகரின் ராக்கெட் தாக்குதல் நேராக அந்த பீரங்கி பதிந்திருக்கும் குழியில் வெடித்தது. சுதாகரால் அந்த பீரங்கியைச் செலுத்தும் கன்னரைப் பார்க்க முடிந்தது. கடைசி முயற்சியாக அவன் குறி பார்ப்பதற்குள் பீரங்கி மனிதன், மண் யாவும் கலந்து வெடிப்பது தெரிந்தது. 'காட் ஹிம்' என்றான்.

மறுபடி மேலே ஏறும்போதுதான் குமார் அவற்றைப் பார்த்தான். அவர்களை நோக்கி வந்து கொண்டிருந்த மூன்று பாகிஸ்தானிய ஸேபர் விமானங்களை.

*சு*ல்தான் மகமத் அந்த மனைவியைப் பார்த்தான். அழகாகத்தான் இருந்தாள். சற்றே மங்கோலியத்தனம் தெரியும் கண்கள். தாமிர நிறம். ஆம், ஆஸிஃப் சொல்லும் தாமிர நிறம். கண்ணீரில் நனைந்த ஆடை சொல்லும் இளமை. அவன் பக்கத்தில் பயத்தால் உறைந்து தாயின் மேலே ஒட்டிக் கொண்டிருந்த அந்த எட்டு வயதுப் பெண்ணைப் பார்த்தான். அழகாகத்தான் இருக்கிறாள்.

தன் பையில் மெஸ்ஸில் கொடுத்த சாக்லெட் இருந்தது சுல்தான் மகமதுக்கு ஞாபகம் வந்தது.

பையிலிருந்து அதை எடுத்து அவளிடம் காட்டி, 'இந்தா' என்றான்.

தன் முன் நீட்டப்பட்ட சாக்லேட்டை அந்தப் பெண் அகலமான கண்களுடன் பார்த்துக்கொண்டிருந்தாள். அவள் தாய் அவளை அதட்டிக்கொண்டிருந்தாள். சுல்தான் மகமத் அந்த சாக்லேட்டை அவள் பக்கம் எறிந்தான். கூட வந்தவர்களிடம் அந்த இளைஞனை மரத்தில் கட்டச் சொன்னான். அவர்கள் வீட்டுக்குள்

சென்று ஒரு பழைய கயிற்றுக் கட்டிலை உரித்து, அந்தக் கயிற்றில் அவன் கைகளை மரத்தை வளைக்க வைத்து மணிக்கட்டில் கட்டினார்கள். உள்ளேயிருந்து கடப்பாரை கொண்டுவந்து கிழவனை பூமியை வெட்டச் சொன்னார்கள்.

'ரியாஸ்!' என்றான் சுல்தான் மகமத்.

ரியாஸின் செல்லப் பெயர் 'சார்ஜெண்ட்.'

'ரியாஸ்' என்று கேப்டன் அவனைக் கூப்பிடும்போது ரியாஸ் புரிந்துகொண்டான். தன் ஆபீசரின் விருப்பு வெறுப்புகளை தெளிவாக அறிந்தவன் ரியாஸ். இப்போது என்ன சொல்லப் போகிறான் என்பதை சுலபமாகப் புரிந்துகொண்டான். 'சுல்தான், இந்த இடத்திலேயா?' என்றான்.

சுல்தான் சுற்றுமுற்றும் பார்த்தான். தூரத்தில் ஒரு லைட் மெஷின்கன் தடதட தடதடவென்று ஒரு சிறிய தொடராக ஒலித்துவிட்டு நின்றது. மெலிதாக அழும் குரல் கேட்டது.

இந்தப் பெண் பயத்தால் உறைந்திருந்தாள். சுல்தான் மகமத் தன் ரைஃபிளைப் பக்கத்தில் இருந்தவனிடம் கொடுத்தான். மற்றொருவன் கிழவனை உதைத்தான்.

'வேகமாகத் தோண்டு!'

'அவளை உள்ளே கொண்டுசெல்வோம்' என்றான் சுல்தான் மகமத். ரியாஸ், அந்த மனைவியைப் பற்றித் தரதரவென்று உள்ளே தள்ளிய தள்ளலில் அவள் தடுக்கி விழுந்தாள். அவளுடன் கூட அந்தப் பெண் அலறி ஓடியது.

ரியாஸும் சுல்தான் மகமதும் அவள்பின் உள்ளே சென்றார்கள். மரத்தில் கட்டியிருந்த கணவனின் கை இறுக்கத்தில் அவன் தன்னை விடுவித்துக்கொள்ள முயன்ற மகத்தான முயற்சியில் மெலிதாக ரத்தம் கசிந்தது. அவன் பெங்காலியில் உரக்கக் கூவினான்.

'இவன் என்ன சொல்கிறான்?' என்றான் ஒருவன்.

'குதாவுக்குத்தான் தெரியும். திட்டுகிறான்.'

அவர்கள் மேலே ஒரு நோக்கமில்லாமல் பார்த்துக்கொண்டு காத் திருந்தார்கள். கட்டப்பட்ட கணவனின் குரல் கத்திக் கத்தி பிசிறு விழுந்துவிட்டது. கிழவன் வெயிலில் தோண்டிக் கொண் டிருந்தான்.

அந்த வீட்டினுள் ரியாஸ் அவளை வீழ்த்தினான். அந்தச் சிறு பெண் பயத்தில் உட்கார்ந்துகொண்டு ஒரே சுரத்தில் அழுதது. ரியாஸ் அந்த மனைவியின் உடையை ஒரு சிக்கனமான சொடுக் கால் பற்றி இழுத்தான். அந்த உடை அவள் இடுப்பருகில் உட் கார்ந்திருந்த இடத்தில் கிழிந்தது. அந்தப் பெண் தன் கரங்களால் தன்னை மூடிக்கொண்டாள். அவள் கத்தத் தொடங்க, ரியாஸ் அவள் வாயைப் பொத்தினான். அவளை மல்லாக்க வைத்தான். சுல்தான் மகமத் அவள்மேல் பரவினான்.

வெளியே இன்னும் அவர்கள் வானத்தைப் பார்த்துக் கொண் டிருந்தார்கள். கிழவன் இன்னும் தோண்டிக் கொண்டிருந்தான். அந்தக் கணவனின் மணிக்கட்டில் இன்னும் ரத்தம் கசிந்து கொண்டிருந்தது. அவன் கையில் எக்கச்சக்க வேதனைக்கும் கயிற்றின் வலிமைக்கும் போராட்டம்.

அந்தப் பெண் குழந்தையின் அழுகுரல் கேட்பது நின்றுவிட்டது. பொதுவாக மௌனமாகவே இருந்தது. கணவன் கூக்குரலிடுவது குறைந்துவிட்டது.

ரியாஸும் சுல்தான் மகமதும் வெளியே வந்தார்கள். அவர்கள் உடை கலைந்திருந்தது. அவர்களைப் பார்த்ததும் மரத்தில் கட் டப்பட்ட கணவன் மறுபடி கூவ ஆரம்பித்தான். ரியாஸ் அவனை அசுவாரசியமாகப் பார்த்தான். மற்ற வீரர்கள் ரியாஸின் அருகில் சென்றார்கள்.

'அவள் செத்துப் போய்விட்டாள். உள்ளே போய்ப் பிரயோசனம் இல்லை.'

இதைக் கேட்ட கணவனுக்கு ஏற்பட்ட கடைசி வலுவில் அவன் பிடித்து இழுத்த வலிய இழுப்பில் அவன் கைக்கட்டு பட்டென்று அறுந்து விடுபட்டான். அவன் உடனே சுல்தான் மகமதை நோக்கி ஓடினான். அவன் மார்புச் சட்டையைப் பிடித்து எதிர்பாராத விதமாக வீழ்த்தி அவன்மேல் ஏறி அவன் கழுத்தை நெறிப்பதற்கு முன்-

ரியாஸும் இரண்டு பாகிஸ்தானிய சோல்ஜர்களும் அவன்மேல் பாய்ந்து அவனை விலக்கித் தள்ள, மற்றொருவன் அவனை மெஷின் கன் உபயோகித்து குண்டுகளால் துளைத்துத் தீர்த்தான்.

அந்தக் கணவனின் உடல் ஒரு தடவை அசைந்தது. வலது கை விரல்கள் மெதுவாக, மிக மெதுவாக விரிந்து நின்றன.

கிழவனை வேகமாகத் தோண்டச் சொன்னார்கள், அந்த இரு உடல்களைத் தள்ளி மூட.

அந்தச் சிறு பெண் கிழவனை நோக்கி ஓடினாள்.

'போகி ட்வெல்வ் ஓ க்ளாக்!' என்றான் குமார். சிக்கனமான அறிவிப்பு அது. போகி என்றால் எதிரி விமானம். ட்வெல்வ் ஓ க்ளாக் என்றால் நேர் எதிரே.

அனில், 'காண்டாக்ட்' என்றான். அவனும் பார்த்து விட்டான்.

மற்றவனும், 'காண்டாக்ட்' என்றான்.

குமார், 'அனில், கீப் மை டெய்ல் க்ளியர்' என்றான். 'எனக்குப் பின்னால் எதிரி விமானம் வராமல் பார்த்துக்கொள்.'

'ர்ர்ராஜர்' என்று உற்சாகமான ஆமோதிப்பு வந்தது.

குமாரின் உடலில் புத்தம் புது ரத்தம் ஓடியது. இந்தக் கணத்துக்காக அவர்கள் தவம் கிடந்து காத்திருந் தார்கள். வான ராஜ்ஜியத்தில் ஆறு போர் விமானங் கள். அவர்கள் சேகரித்து வைத்த நூற்றுக்கணக்கான பயிற்சிகளின் கடைசிப் பரீட்சை. கடைசி உச்சம் தவம்தான். அவர்கள் நடத்தப்போவது 'டாக் ஃபைட்' -நாய்ச் சண்டை என்னும் செல்லப் பெயர். இதற்காக எத்தனை பயிற்சிகள்! முதலில் பூமியில் வகுப்பறைப் பாடங்கள்! ஏரோடயனமிக்ஸ். எதிரி விமானங்களின் வகைகள், அவற்றின் சாத்தியங்கள், அவற்றின் குறைகள்... நிறைகள்... அப்புறம்

வானத்தில் நண்பர்கள் ஒருவரை ஒருவர் துரத்திக்கொண்டு ஒருவரை ஒருவர் விளையாட்டாகச் சுட முயற்சி செய்துகொண்டு அந்தக் கடைசி சுடும் கணம்வரை வந்து 'க்ளிக்! ஐ காட் யூ' விளை யாட்டுகள். நீ ஏமாந்துவிட்டாய்! என் குண்டுகளின் தாக்குதல் பிர தேசத்துக்குள் அகப்பட்டுவிட்டாய்! அதுவரைதான்- அதுவரை தான்.

அவை எல்லாம் பயிற்சிகள். இது நிஜம். இவை எதிரி விமானங் கள். ஃபைட்டர் பைலட்டின் கடைசி ஆதர்சம்.

அந்த விமானங்கள் இவர்களைவிடச் சற்று உயரத்தில் இருந்தன. இன்னும் பார்க்கவில்லை போலும். இந்த வானப் போரில் முதல் முக்கியம் யார், யாரை முதலில் பார்க்கிறார்கள் என்பது. முதலில் பார்த்தவன் வெல்வதற்கு அதிக சந்தர்ப்பங்கள் இருக்கின்றன. எதிரியைத் தன் பார்வையிலிருந்து தப்பவிடாமல் நிழல்போல் துரத்தவேண்டும். பார்வையிலிருந்து தப்பித்துவிட்டால் இன்னும் ஆபத்து. அதற்காக, பார்வைக்கு அவர்களுக்கு விரிவான பயிற்சி அளிக்கப்பட்டிருந்தது. எப்படி வானத்தைக் கூரிய கண்களால் ஆராய்வது, இடமிருந்து வலம், மேலிருந்து கீழ்.

அந்த மூன்று விமானங்களும் பெரிதாகிக்கொண்டிருந்தன. நிச்சயம் அவர்கள் நம்மை இப்போது பார்த்திருப்பார்கள்.

அனில் என்னைக் கண்காணித்துக்கொள்வான். எனக்குப்பின் எவரையும் அனுமதிக்க மாட்டான். மற்றவன் எனக்கு இடதுபக்க பலம். நாம் மூவர். அவர்கள் மூவர்...

ஆரம்பம்.

அவர்கள் சற்று மடங்கித் திரும்பினார்கள். குமார் இயல்பாகத் திரும்பினான். எதிரேயே வை. எதிரே! எதிரே! அவன் எதிரி. எதிரிலேதான் இருக்கவேண்டும்.

குமார் தன் விமானத்தின் இறக்கைகளில் பொருத்தப்பட்டிருந்த ராக்கெட்டுகளை இரட்டை இரட்டையாக எப்போதோ முன்பே செலவழித்துவிட்டான். ஆனால் அவன் விமானத்தில் ஏர் இன் டேன்கள் அருகில் இருபுறமும் இரண்டு கன்கள் பொதிந் திருக்கின்றன. 30 மில்லிமீட்டர் கன்கள். அவற்றைச் செயல் படுத்தும் பட்டன் இதோ, அவன் விரல் அருகில் காத்திருக்கிறது. குமாரின் இடது கை சற்று மேல்வாட்டில் இயல்பாகச் சென்று

மற்றொரு பட்டனை அழுத்தியது. உடனே அவன் விமானத்தின் இறக்கைகளில் இருபுறமும் பொதிந்திருந்த இரண்டு 'ட்ராப் டாங்க்'குகளும் விடுபட்டு விழுந்தன. அவற்றில் இருந்த கெரோஸின் இதுவரை பறந்ததில் தீர்ந்துபோயிருக்கும். அவை காலி. இனி தேவையில்லை. மெயின் டாங்க் கெரோஸின் போதும். அவற்றின் கனம் குறைந்தால் இன்னும் துடிப்பாகப் பறக்கலாம்.

அவன் விரல்கள் அருகில் எத்தனை பட்டன்கள். அந்த குண்டு களைச் செயல்படுத்த, கேமரா சாதனத்தைச் செயல்படுத்த, ரேடியோவைச் செயல்படுத்த...

ஸேபர் விமானம் மிக நெருக்கமாகத் திரும்பக்கூடியது. நாட் மிக வேகமாகத் திரும்பக்கூடியது. இப்போது அவர்கள் இன்னும் அருகே இருக்க, ஆனால் மிக அவசரமாக இவர்களின் வாலைப் பிடிக்கும் பிரயத்தனத்தில் மிகச் சுருக்கமாகத் திரும்பிக் கொண் டிருந்தார்கள். குமார் ஒரு பொய் வட்டத்தில் அவர்களைவிட வேகமாக அவர்களைச் சுற்றிக்கொண்டிருந்தான். எப்போதும் அவர்களை எதிரிலேயே வைத்திருந்தான்.

அவர்கள் வானத்தில் சுற்றிய இரு வட்டங்களும் தொட்டுக் கொள்ளப்போகும் அந்த எதிர்காலத்தை நோக்கி வளைந்து கொண்டிருந்தன.

'அனில்! இஸ் மை டெய்ல் க்ளியர்?'

'அஃபர்மேட்டிவ்.'

இரண்டு விமானங்கள்தான் தெரிந்தன.

'எங்கே அந்த மூன்றாமவன்?'

மற்றவர்களிடமிருந்து பதில் வந்தது.

'ஹி க்விட்!' அவன் ஓடிவிட்டான்!

மறுபடி கேட்டுக்கொண்டான், அவன் தன் பின் எங்காவது இருக் கிறானா என்று.

இருவரும், 'இல்லை' என்றார்கள்.

அப்போது அவர்கள் இருவர்தான். எதிர் வரப்போகிற ஆபத்தை உணர்ந்துகொண்டு அவசரமாக அவர்கள் இறங்க முற்பட்டார்கள்.

2000 அடி

1000 அடி

500 அடி

குமார் 500 அடியில் அவர்களுடன் ஆஜரானான். அவன் இப்போது இன்னும் நெருங்கிவிட்டான். எத்தனை செயல்கள்! ரட்டர், த்ராட்டில், கண்ட்ரோல், அப்புறம் கன்களின் ஜைரோவை அமைத்து அவைகளைத் தானாக இயங்க வைக்க இடது பக்கத்து சாதனம்.

வசமாக அவர்கள் இருவரும் தெரிந்தார்கள். 'ப்ளூ, டு யூ டேக் தி ஒன் ஆன் தி லெஃப்ட்? அனில், கீப் மை டெய்ல் க்ளியர்!'

'ராஜர், ராஜர்!'

'வா என் மச்சானே!' என்று நினைத்துக்கொண்டான். இப்போது அவர்கள் மிகவும் முயன்றுகொண்டிருந்தார்கள். அவர்களுடன் ஒட்ட வைத்ததுபோல் குமாரும் மற்றவர்களும் பறக்க, அவர்கள் இன்னும் சற்று இறங்கிக்கொண்டிருந்தார்கள். ஆனால் அதிகம் இறங்க முடியாது. இனி மேலேதான் செல்லவேண்டும். மேலே போகிறாயா? நானும் வருகிறேன். நான் உன் உயிர்த் தோழன்; எங்கு சென்றாலும் உடன் வருகிறேன்...

குமார் இப்போது அந்த இரட்டை விமானங்களிலிருந்து சுமார் 600 கெஜ தூரத்தில் இருந்தான். அவன் இடது கை அவன் கன்களின் ஜைரோவை அமைக்கத் தொடங்கியது. அதன் 'ஸைட்டில்' குறுக்குக் கோடுகள், வட்டங்கள். குறுக்குக் கோடுகளின் நடுமத்தியில் சுடவேண்டிய விமானம் தெரியவேண்டும். அதைச் சுற்றி ரத்தினங்கள் போல் பிம்பங்கள்.

அவன் நெருங்க நெருங்க அவை மெதுவாக நடுமைய விமானத்தைச் சூழ்ந்துகொள்ளும். குமார் தன் மற்ற நண்பர்களைப் பற்றிக் கவலைப்படவில்லை. அவன் தீட்டிய பார்வை தன் எதிரியின்மேல் ஆணி அடிக்கப்பட்டுப் பதிந்திருந்தது. அந்தப் பார்வை தரும் செய்திக்கு ஏற்ப அவனது அனைத்து செயல்களும் இழைய, அவன் விரல்கள், மனத்தில் பதிந்த மெட்டை வாசிக்கும் ஒரே தேர்ந்த அக்கார்டியன் கலைஞன் போல் செயல்பட,

வானத்தில் ஒரு கானம்!

குமாரின் கன்கள் அதிகப்படியாக முன்னூறு கெஜம்வரை தாக்கும். அந்த தூரத்துக்குள் அவனைக் கொண்டுவர வேண்டும்.

உயரம் முன்னூறிலிருந்து ஐந்நூறு அடிவரை... இன்னும் அருகே... இன்னும் அருகே!

நன்றாக மாட்டிக்கொண்டான். அவன் அங்கிருந்து சுட்டால் வானத்தில் வீணாகும். நான் சுட்டால் இன்னும் கொஞ்ச தூரம்... இன்னும் கொஞ்சம்...

ஆம், இப்போது!

தெளிவாக அந்தப் பாகிஸ்தான் விமானம் தெரிந்தது. சற்றுக் குறுக்குவாட்டில் வகையான கோணம்.

அந்த விமானத்தின் காமஃப்ளாஜ் பச்சை துல்லியமாகத் தெரிந் தது. அதன் மேல் ஓரத்தில் பிறைச் சந்திரனும், நட்சத்திரமுமாக பெயிண்ட் அடிக்கப்பட்டிருந்த கொடி தெரிந்தது. ஃபைபர் கிளாஸ் மூடிக்குள் அந்த விமானியின் ஹெல்மெட் தெரிந்தது. அவன் நெற்றி தெரிந்தது.

குமாரின் விரல் அழுத்தியது. அவன் விமானத்தின் இரு புறங்களிலிருந்தும் தடதடதடவென்று தீச்சுடர்கள் புறப்பட்டு அழகாக, வரிசையாக எதிரி விமானத்தின் உடலில் துளைத்தன.

இந்த வான நடனத்தின் கடைசி முத்தங்கள்... குமார் கேமராவின் பட்டனை அழுத்தினான். சாட்சிக்கு எடுக்கவேண்டிய படங்கள்.

அதே சமயம் குமாரின் இடது பக்க விமானி மற்றவனைத் துளைத்துக்கொண்டிருந்தான்...

குமார் அந்த ஹெல்மெட்டை மறுபடி பார்த்தான். அவன் தந்த பரிசில் அந்த விமானம் உடனே செயலிழந்து உயரம் இழக்க ஆரம்பித்தது. அதன் கீழ்நோக்கிய கோணம் அபாயகரமாக இருக்க, பூமியை அது அதிவேகமாக விரும்பியது. குமாரினுள் இரக்கம் பிறந்தது.

'என் அருமை நண்பனே! உன் பெயர் என்ன? உனக்கும் ஒரு மனைவி இருக்கிறாளா? உனக்கும் ஒரு குழந்தை இருக்கிறானா? அவர்கள் எங்கே இருக்கிறார்கள்? எஜக்ட், யூ ஃபூல்! எஜக்ட்! உனக்கு அதிகச் சமயமில்லை...'

குமாரால் தாக்கப்பட்ட அந்த விமானத்தின் பாகிஸ்தான் விமானி தப்பிக்கும் கடைசி சாதனமான எஜக்ஷன் சீட்டை விடுவித்த போது சற்றுத் தாமதமாகி விட்டது.

முதலில் அவன் விமானம் அடர்த்தியான காட்டுப் பிரதேசத்தில் விழுந்து அதன் இன்ஜின், ஃப்யூஸிலாஜ், மெயின் ஏர்ஃப்ரேம், அதிலிருந்த வெடிகுண்டுகள், கெரோஸின் யாவுமாகச் சேர்ந்து வெடித்துச் சிதறி எரிந்தன.

அதற்கு 18 செகண்டுகள் பிற்பாடு அந்த விமானி அவன் பாரச்சூட் திறக்காமல் மற்றோர் இடத்தில் விழுந்தான். அவன் விழுந்த வேகம் சுமார் 150 மைல். விழுந்த இடத்தில், பள்ளம் ஏற்பட விழுந்தான். விழுந்த உடனே அவன் உடல் திறந்து இறந்து போனான்.

ஆரம்பத்திலிருந்து இந்தக் கணம் வரை ஆன சமயம் மொத்தம் அறுபத்தி மூன்று செகண்டுகள்!

'குமார்! ஐ காட் தி அதர் ஒன்!'

'குட் ஒர்க்!' என்றான் குமார்.

விமானங்களில் ஒருவரை ஒருவர் துரத்தி, கண்டபடி பறந்து நிகழ்ந்த இந்தப் போர் ஜெஸ்ஸூர் நகரின் கிழக்கு வடகிழக்குப் பகுதியில் நிகழ்ந்தது. அங்கிருந்து டாக்காவுக்குச் செல்லும் பாதையில் குறுக்கிடும் பத்மா நதியில் அகலமான பாலம் ஒன்றிலிருந்து அந்தப் பாலத்தைப் பாதுகாப்பதற்காக அங்கங்கே சில ஆண்ட்டி ஏர்க்ராஃப்ட் பீரங்கிகள் இருந்தன.

மிகத்தாழ்வாகப் பறந்துகொண்டிருந்த குமாரின் விமானம் மறுபடி உயரம் பிடித்துத் தப்பிப்பதற்கு மேலே எழும்புமுன், அந்தப் பீரங்கிகளின் பிரதேசத்தில் குறுக்கிட்டது.

உடனே அந்தப் பீரங்கிகளைச் செயல்படுத்துபவர்கள் சுட ஆரம் பித்தார்கள். குமார் திடீர் என்று தோன்றிய அந்த ஆரஞ்சு 'பளிச் பளிச்'களையும், வானத்தில் 'பஃப் பஃப்' என்று வெடித்த வெண் புகைக் கும்பல்களையும் சமாளித்துத் தப்பிப்பதற்குள் அவன் விமானத்தில் அந்தப் பீரங்கிகளின் ஷெல்கள் பட்டு விட்டன.

சுல்தான் மகமத் அந்தச் செயலுக்காக ஒரு கணம்கூடத் தன்னை வெறுக்கவில்லை. வெறுத்துக்கொள்வதற்கு அவனுக்குச் சமயம்

இருக்கவில்லை. அவனுக்கு வேறு காரியங்கள் இருந்தன. அவன் உடல் முழுவதும் பரவியிருந்த கோபம், மனித எல்லைகளைக் கடந்திருந்தது. அவன் அந்தப் பெண்ணை அடைவதற்குள் அவள் சுலபமாக இறந்துவிட்டாள்.

இறந்துபோனதற்கு அவனது அபாரமான உயரமும் கனமும் காரணமாக இருந்திருக்கலாம். அவள்மேல் அவன் விழுந்த போது அவள் மார்பெலும்புகள் உடைந்திருக்கலாம் அல்லது அதிக பயத்தில் ஏற்பட்ட ட்ரௌமா நிலையில் அவள் இதயம் நின்றுபோயிருக்கலாம். அவள் அவனை ஏமாற்றிவிட்டாள்.

அவள் கடைசியில் ஜெயித்துவிட்டாள்.

அந்தக் கிழவனையும் அந்தச் சிறு பெண்ணையும் விட்டுவிட்டு வெளியே வந்தார்கள். தெருவில் ஒரு சிறு கும்பல் கூடியிருந்தது. ஆட்டு மந்தைகள்போல் கிராமத்து இளைஞர்கள் கூட்டம் கூட்டமாக வேட்டி அணிந்து கலைந்த தலையுடன் ஆயுதம் இன்றி எதிர்நோக்கிய சாவின் சத்தியம் கண்களில் ஓலமிட்டிருக்க, 'இவர்கள் என்ன குற்றம் செய்தார்கள்?' என்று சட்டென்று ஒரு கேள்வி மின்னலடித்தது அவன் மனத்தில்.

அவர்களுள் ஒருவன் நெற்றியைச் சுருக்கிக்கொண்டு தன்னையே பார்த்துக்கொண்டிருக்கிறான். தன் உதட்டில் வரப்போகும் தீர்ப்பை எதிர்பார்த்துக்கொண்டிருக்கிறான்.

'மற்றவர்கள் எங்கே?' என்றான் சுல்தான்.

'அவர்கள் இருக்கிறார்கள் வீடுகளில்.'

'இங்கே அவர்களைக் கொல்லவேண்டாம்' என்றான்.

விதவிதமாக யோசித்துப் பார்த்தான் சுல்தான். இவர்களை நேராகச் சுட்டுவிடுவதில் அர்த்தமில்லை. அதில் அதிகம் உற்சாக மில்லை. உடனே இறந்துவிடுவார்கள். இவர்களை மெதுவாகக் கொல்லவேண்டும். மிக மெதுவாக... அதற்காகக் கொஞ்சம் யோசனை செய்யவேண்டும்.

அப்போது புழுதியைக் கிளப்பிக்கொண்டு ஒரு மோட்டார் சைக்கிளில் டெஸ்பாட்ச் ரைடர் ஒருவன் இறங்கி அவனுக்குச் சற்று தூரத்தில் நின்று விறைப்பாக சல்யூட் அடித்து அவனிடம்

ஒரு காகிதத்தைக் கொடுத்துவிட்டு மறுபடி சல்யூட் அடித்து விலகினான்.

சுல்தான் மகமத் அந்தக் காகிதத்தைத் திறந்து பார்த்தான். ப்ளாட்டூன் கமாண்டரான அவனை உடனே பத்மா நதியின் பாலத்தைப் பாதுகாக்கும் ஆர்ட்டில்லரி யூனிட்டுக்கு ரிப்போர்ட் செய்யும்படி அவன் ரெஜிமெண்ட் கமாண்டரிடமிருந்து உத்தரவு வந்திருந்தது.

சுல்தான் மகமத் அவர்களைப் பார்த்தான். சமயமில்லை. 'இவர்களை நதிக்கரைக்கு அழைத்துச் செல்லுங்கள்' என்றான்.

அவசரமும் இரக்கமற்ற தன்மையும் கலந்த செயல் அது. அந்தக் கிராமத்தில் நூற்று இருபத்தைந்து பேர்கள் நதிக்கரையில் வரிசையாகத் திரும்பி நிற்க வைக்கப்பட்டுச் சுடப்பட்டனர். அவர்கள் அனை வரும் ஆண்கள். பெரும்பாலும் இளைஞர்கள். சுல்தான் மகமதின் ப்ளாட்டூனிலிருந்து பலவித ஆயுதங்களை உபயோகித்தார்கள். ரைஃபிள், லைட் மெஷின் கன், ஸ்டென் மெஷின் கார்பைன் யாவும் உபயோகப்பட்டன. மெஷின் கன் உபயோகித்த சிலருக்கு உடல்வலி ஏற்பட்டது. அவர்கள் அவசரத் தில் இருந்தார்கள்.

சுடப்பட்டவர்களில் சிலர் இறக்கவில்லை. நதியின் மேட்டுக் கரையிலிருந்து புற்களும் புதர்களும் நிறைந்த சரிந்த பூமியில் குண்டு அடிபட்டு விழுந்தவர் களில் சிலர், சில மணி நேரம் குற்றுயிராக இருந்தார் கள். அவர்கள் கால்களை நதியின் ஓட்டம் மெல்ல வருடியது. மேலே சில பருந்துகள் வட்டமிட்டன.

அந்தக் கிராமம் சில இடங்களில் கொளுத்தப் பட்டது. சில சோல்ஜர்கள் போகிற அவசரத்தில் சில வீடுகளுக்குச் சென்று பெண்களைத் தேடினார்கள். அந்தப் பெண்கள் தானியப் பானைகளின்பின் மறைந்திருந்தார்கள். தானியம் விரயமாகச் சிதறி யது. அறுவடை செய்யப்படாது காய்ந்த கதிர்கள்

நிறைந்த நெல் வயல்களில் ரத்தம் கசிய ஓடினார்கள். அவர்கள் பின் ஓடிய ராணுவத்தினர் அந்தக் காய்ந்த பயிர் வெள்ளத்தில் மறைந்தார்கள்.

மற்றபடி கிராமம் பொதுவாக மௌனமாக இருந்தது. அந்தப் பள்ளிக்கூடத்தினுள் அந்தக் கிழவன் இன்னும் தோண்டிக் கொண் டிருந்தான். அந்தச் சிறு பெண் அழுகையை நிறுத்தி விட்டாள். தன் அம்மாவின் அருகிலேயே உட்கார்ந்திருந்தாள். தன் தாய் தூங்குகிறாள் என்று நினைத்துக்கொண்டிருந்தாள்.

சுல்தான் மகமது நேராக அங்கிருந்து நதியோடு பதினெட்டு மைல் ஜீப்பில் பிரயாணம் செய்து அந்தப் பாலத்தை அடைந்து யூனிட் டின் கமாண்டருக்கு ரிப்போர்ட் செய்தான். அந்தக் கிராமத்தில் 122 முக்தி பாஹினிகளைக் கொன்றுவிட்டதாகப் பெருமையுடன் சொன்னான்.

அந்தப் பாலம் பிரிட்டிஷ் ஆட்சியின்போது காண்ட்டிலீவர் முறைப்படி கட்டப்பட்ட பாலம். 320 அடி நீளமிருந்த நதி குறுகும் ஒரு பகுதியில் மிகத் திறமையாகக் கட்டப்பட்டிருந்த பாலம் அது. 1942-லிருந்து இருக்கும் பழைய பாலம். அதன்மேல் இப்போது அவசர அவசரமாக அழுக்குப் பச்சை வர்ணம் அடிக்கப்பட் டிருந்தது. டாக்காவுக்கு ஜெஸ்ஸூரிலிருந்து, தென் மேற்கி லிருந்து அணுகும் பாதையில் மிக முக்கியமான பாலம் அது. பாலத்தின் மறுகரையில் பாதுகாவலுக்காக ஆர்ட்டில்லரி யூனிட் இருந்தது. நூற்றுக்கணக்கான கூடாரங்கள் இலை மறைவில் பொதிந்திருந்தன.

ட்ரெஞ்சுக் குழிகள் பல இடங்களில் வெட்டப்பட்டு பலர் அவற் றில் காத்திருந்தார்கள். அந்தப் பாலத்தை ஜெஸ்ஸூர் பகுதியி லிருந்து அணுகும் பாதை முழுவதும் மிதித்தால் வெடிக்கக்கூடிய கண்ணி வெடிகள் மறைத்துவைக்கப்பட்டிருந்தன. ஹொவிட் ஸர்கள், மார்ட்டர்கள், ஆண்ட்டி டாங்க் மிஸைல்கள், மிஸைல் எறியும் சாதனங்கள், ராக்கெட் எறியும் சாதனங்கள் யாவும் மரங் களின் நிழலில், இலைகளின் பொதிவில் மறைத்துவைக்கப் பட்டிருந்தன. பாலத்தின் இரு முனைகளிலும் சற்றுத் தள்ளி ஆண்ட்டி ஏர்கிராஃப்ட் பீரங்கிகள் வான் நோக்கிக் காத்திருந்தன.

சுல்தான் மகமத் அங்கே ஆஸிஃபை மறுபடி சந்தித்தான். சில மாதங்களுக்குமுன் அவர்கள் பாதை டாக்காவில் பிரிந்திருந்தது.

மறுபடி இங்கே சேர்ந்திருக்கிறது. ஆஸிஃப் சற்று மாறித்தான் இருந்தான். முன்பிருந்த அந்த ஊக்கமும் பரபரப்பும் குறைந் திருந்தன. ஆஸிப்பும் ஒரு கேப்டன். மகமதைப் பார்த்ததும், 'உன் வேலை முடிந்ததும் என் கூடாரத்திற்கு வா. உன்னிடம் நிறையப் பேசவேண்டும்' என்றான்.

கூடாரத்தில் ஆஸிஃப், மகமதிடம் ஒரு மண் பாத்திரத்தில் அரிசி யிலிருந்து தயாரிக்கப்பட்ட சாராயம் தந்தான். 'உள்ளூர்ச் சரக்கு. நல்ல காட்டமாக இருக்கிறது' என்றான்.

சுல்தான் மகமத் அதைக் கொஞ்சம் சப்பிப் பார்த்தான். மண்டை யில் ஏறியது.

'சுல்தான்!'

'என்ன?'

'என்ன செய்தாய்? எப்படி இருக்கிறாய்?'

'இன்றைக்கு ஒரு கிராமத்தைத் துடைத்துவிட்டேன்.'

'பெண்கள்?'

'நிறைய இருந்தார்கள். எனக்குச் சமயமில்லை. நான் முயன்ற ஒருத்தி இறந்துவிட்டாள். சார்ஜெண்ட் தெரியுமா உனக்கு?'

'ரியாஸ்?'

'ஆம். அவன் புகுந்து விளையாடினான்.'

ஆஸிஃப் ஒரே மடக்கில் அந்தப் பானத்தைப் பருகினான். சுல்தானும் அப்படியே செய்தான். தீச்சரம்போல் அது உள் இறங்கியது.

'அவர்கள் எதிர்ப்பதில்லை. சுலபமாக இறக்கிறார்கள்.'

'சுமார் 125 பேரை இன்று சுடச் சொன்னேன். மௌனமாக இருந் தார்கள்... நான் விரும்புவது இந்தியர்களை... அவர்களைக் கொல் லத்தான் நான் காத்திருக்கிறேன். இதெல்லாம் ட்ரிகர் ப்ராக்டிஸ்!'

அப்போது இருள் நன்றாகப் பரவி இருந்தது. தூரத்தில் ஷெல் களின் வெடிகள் கேட்டன. வெகு தூரத்தில் முணுமுணுக்கும் இடிகள் போல...

'இந்தியர்கள்!' என்றான் ஆஸிஃப் அந்தப் பக்கம் நோக்கி. 'அவர்கள் அங்கே இருக்கிறார்கள். நாளை இங்கு வந்துவிடுவார்கள் என நினைக்கிறேன்.'

'வர முடியாது. அங்கேயே அவர்கள் துரத்தப்படுவார்கள். ஜெஸ்ஸூர் ஒருக்காலும் விழாது.'

'சுல்தான்! நீ எந்த உலகத்தில் இருக்கிறாய்? அவர்கள் ஜெஸ்ஸூரினுள் நாளை புகுந்துவிடுவார்கள். அவர்களை நிறுத்த முடியாது. அவர்கள் எண்ணிக்கை அதிகம். அவர்களுக்கு கெரில்லாக்களின் பக்கபலம் இருக்கிறது. அவர்கள் நம்மை முழுவதும் சூழ்ந்திருக்கிறார்கள்.'

'ஆஸிஃப்! நீ ஆல் இண்டியா ரேடியோவை அதிகம் கேட்கிறாய். அதெல்லாம் பொய்!'

'டாக்கா ரேடியோ நின்றுபோய்விட்டதே! சுல்தான், நாம் பாசாங்குகள் செய்யவேண்டாம். அவர்கள் கடற்படை கடல் மார்க்கத்தை அடைந்துவிட்டது. அங்கிருக்கும் நம் விமானங்கள் போதாது. எல்லாத் திசைகளிலும் அவர்கள் உள்ளே புகுந்திருக்கிறார்கள். டன்கிர்க் மாதிரி ஒரு பேரதிசயம் நிகழ்ந்தால்தான் நாம் தப்ப முடியும்.'

'ஒரு பாகிஸ்தானியன் ஐந்து இந்தியனுக்குச் சமானம் ஆஸிஃப். நீ கவனி, நாளை அவர்கள் ஜெஸ்ஸூரை விட்டுத் துரத்தப்படுவார்கள்.'

'நாம் கொஞ்சம் அதை அதிகம் செய்துவிட்டோம்.'

'எதை?'

'இந்தக் கொலைகள், பலாத்காரங்கள், கொள்ளை!'

'இவற்றை நாம் தவிர்த்திருக்க முடியாது.'

'அந்த ரஜாக்கர்கள்! படுபாவிகள். அவர்கள்தான் அதிகம் போய்விட்டார்கள்.'

'இதெல்லாம் போரில் சகஜம். அதில் ஏதும் தப்பில்லை ஆஸிஃப்.'

'சுல்தான், போரில் ஜெயிப்பவன் எப்போதும் நீதிபதி. தோற்பவன் எப்போதும் குற்றவாளி. ஞாபகம் வைத்துக்கொள்.'

'நாம் ஜெயிப்போம்.'

'இன்னும் கொஞ்சம் குடிக்கிறாயா?'

இன்னும் கொஞ்சம், இன்னும் கொஞ்சம் என்று அவர்கள் தத்தம் பயங்களை அந்த அரிசிப் பானத்தின் போதையில் கரைக்க முயன்றார்கள்.

இரவு தன் கூடாரத்தில் வந்து படுத்த சுல்தானுக்குத் தூக்கம் வர வில்லை. அவன் மண்டையில் அவன் குடித்த பரிச்சயம் இல்லாத பானம் பரவி, விகாரமான உருவங்களைப் பிறப்பித்தது. அந்தப் பெண் உலகளவு விரிந்து தன் துணியில்லாத மார்பின் ஊதா வட்டங்கள் இடையில் அவனை அணைத்துக் கொள்கிறாள். மூச்சு முட்ட, மூச்சு முட்ட. காதில் மிஷின் கன்னின் படபடப்பு எப்போதும் ஒலித்துக்கொண்டிருந்தது. அதனுடன் எத்தனை மௌனமான ஓலங்கள்! வியர்வை வெள்ளத்தில் எழுந்தான். கூடாரத்துக்குள் விதவிதமான பூச்சிகளின் சப்தங்களும் அங்கங்கே சோம்பேறித்தனமான வெடிகளும் கேட்டன.

இளம் காலையில் மகமத் பாலத்தைக் கடந்து அந்தப் பக்கத் துக்குச் சென்றான். அங்கே பாகிஸ்தானியர்கள் சுறுசுறுப்பான தயார் நிலையில் இருந்தார்கள். பாலத்தின் அடிப்பாகத்தில் மிக நீள ஃப்யூஸ் வைத்து, டைனமைட் பொருத்திக்கொண்டிருந் தார்கள். இந்தியப் படைகள் வந்துவிட்டால் பாலத்தைத் தகர்த்து எறிவதற்கு.

அம்யூனிஷன் வரிசையாக நகர்ந்துகொண்டிருந்தது. பீரங்கிகள் வெடிக்கத் தயாராக இருந்தன. அவர்கள் மறைவில் பூமிக் குழிக்குள் பீரங்கிகளின் பின், ராக்கெட் சாதனங்களின் பின், வண்டிகளில் எங்கும் காத்திருந்தார்கள். அவர்கள் கண்களில் ஓர் அவநம்பிக்கை தெரிந்தது. சிப்பாய்கள் பொம்மைகள் போல, கொடுக்கப்பட்ட உத்தரவுகளுக்குப் பணிந்து ஓடினார்கள்.

சுல்தான், ஆஸிஃப்பைத் தேடினான். அவன் மண்டை இன்னமும் கனத்துக்கொண்டிருந்தது. அவன் பிளாட்டூனில் சிலர் முன்னே அனுப்பப்பட்டார்கள். அவர்கள் கண்ணி வெடிகள் இல்லாத பிரதேசமாக ஓரிரண்டு பர்லாங் முன்சென்று அங்கே இருந்த குழிகளில் பதுங்கிக்கொண்டார்கள். முன்னேறும் படைகளுக்கு முதல் பலி அவர்கள். அவர்கள் அதை அறிவார்கள். அவர்கள்

மனத்தில் பயம் எப்போதோ விலகி அதற்கு பதில் ஒருவித டெஸ்பரேஷன் புகுந்திருக்கவேண்டும். அவர்கள் அந்தக் கடைசிக் கணத்துக்குக் காத்திருந்தார்கள். அவர்களிடம் ஜெஸ்ஸூரைப் பற்றிச் செய்தி இல்லை. இந்தியர்கள் ஜெஸ்ஸூரைக் கடக்க முடியாது என்கிற போலித் தைரியம் அவர்களுக்குத் திரும்பத் திரும்ப அளிக்கப்பட்டிருந்தது.

சுல்தான் மற்றவர்களுடன் பாலத்தின் மேற்குப் புறத்தில் இருந்த போது அவர்கள் அந்த விமானங்களைப் பார்த்தார்கள். மூன்று விமானங்கள். இந்திய விமானங்கள்தான் அவை. அந்த இடத்துக்கு அருகில் மிகத் தாழ்வாக வந்து அவை உயரும்போது உடனே அந்தப் பாலத்தின் ஆண்ட்டி ஏர்கிராஃப்ட் பீரங்கிகள் கோஷ்டியாகப் பரபரப்புடன் வெடித்து வானமெங்கும் பளிச்சிடுவதும், அந்த விமானங்களில் ஒன்றின்மேல், முதல் விமானத்தின்மேல் அந்தப் பீரங்கிகளின் ஷெல்கள் நிச்சயம் படுவதும், அந்த விமானம் நிலை இழப்பதும் தெரிந்தது.

சுல்தான் மிகவும் ஆர்வத்துடன் மேலே பார்த்தான்.

குமாரின் விமானத்தின் கீழ்ப்பாகத்தில் அந்த ஷெல் வெடித்தது. வெடித்ததன் விளைவாக உடனே அவன் விமானத்தின் மின்சார அமைப்புகள் முழுவதும் தவறின. அவன் இன்ஜினில் உஷ்ணம் மிக அதிகமாகி, அதைக் காட்டும் முள் ஒரு சுற்று சுற்றியது. அவன் முன்பிருந்த பேனலில் சிவப்பு விளக்குகள் பல எரிய ஆரம்பித்தன. விமானத்தின் இடது பக்கத்து எய்லிரான் கிழிக்கப் பட்டது. ஹைட்ராலிக்ஸிலும் பழுது ஏற்பட்டது.

குமார் அதிக அவசரப்படவில்லை. அவன் உள்ளுணர்வும் பயிற்சியும் சொன்ன ஆணைகளை, பரிசோதனைகளைச் செய்து பார்த்தான். விமானம் அதிவேகமாக மேலே ஏறிக் கொண்டிருந்த போது ஏற்பட்ட அடி அது. அதன் உடன் விளைவாக அவன் மேலேறிக்கொண்டிருந்த கதி குறைய ஆரம்பித்தது. ரட்டரை வைத்துத் திரும்பிப் பார்த்தான். விமானம் திரும்பவில்லை. 'பிட்ச்' கண்ட்ரோலைப் பின்தள்ளிக் கொண்டான். இருக்கிற வேகத்தை வைத்துச் சமாளிக்கப் பார்த்தான். ஆனால் உடனே எந்த நிமிஷமும் ஸ்டால் ஆகிவிடுவோம் என்கிற அச்சம் ஏற்பட்டது. அப்படி ஆகிவிட்டால் விமானம் சுழன்று சுழன்று விழுந்துவிடும். அவனுக்குத் தப்பிக்கச் சமயம் இருக்காது.

இப்போது உடனே குதிக்கவேண்டும். அதற்கான எஜக்ஷன் நிகழும்போது அது சற்றுப் பின்வாங்கிய கோணத்தில் நிகழும். அதற்காக விமானம் சீராக, நேராக இருப்பது நல்லது. குமார் சற்றுச் சரித்துப் பார்த்தான். சரிந்தது. தன் உயரம் எவ்வளவு இருக்கும்? ஏராளம்! பாரச்சூட் விரிந்துவிடும். குதிக்கலாம்.

குமார் தன் தலைக்குமேல் இருந்த எஜக்ஷனுக்கான லீவரைப் பிடித்துக் கீழே இழுத்தான். அவன் உட்கார்ந்திருந்த சீட்டுக்குக் கீழே அமைந்திருந்த காட்ரிட்ஜ் பற்றிக்கொண்டு விமானத்தின் மூடி முதலில் வெடித்துத் திறக்க, ராக்கெட் சாதனத்தால் அவன் ஆக்ரோஷமாக ஆகாயத்தில் எறியப்பட்டான்.

'குட்பை என் அன்பே!' என்று கடைசியாக விமானத்திடம் சொல்லிக்கொண்டான். குமார் முதலில் பந்தாகத்தான் எறியப் பட்டான். ஒரு பின்நோக்கிய அரை வட்டத்தில் அவன் சுருண்டு சுருண்டு மேற்செல்ல, அவன் மூளையில் பிரவகித்த அதிக ரத்தத்தில் அவன் கண்களை மூடிக்கொண்டு இறுக்க மூச்சுப் பிடித்தான். உச்சியிலிருந்து மிக வேகமாக விழ ஆரம்பித்தான்.

இப்போது அவன் பாரச்சூட் திறந்துகொண்டது. அதன் வார்கள் அவன் உடலில் சுருக்கிடப்பட, அவன் உடல் ஒரு தடவை ப்ரேக் போட்டதுபோல் துடித்தது.

பிறகு குமார் மிதந்து மிதந்து இறங்கினான்.

சுல்தான் மகமத், குமார் இறங்குவதைப் பார்த்துக் கொண்டிருந்தான். அவன் அனுமானித்தபடி அந்த விமானி அந்த இடத்திலிருந்து இரண்டு அல்லது மூன்று மைல்களுக்குள் பாலத்துக்கு அந்தப் பக்கம் சிக்கலான சோலைப் பிரதேசத்தில் இறங்குவான்.

சுல்தான் உடனே செயல்பட்டான். தன் ஆட்கள் முப்பது பேரை அழைத்துக்கொண்டான். ஒரு டிரக்கில் அடைத்துக்கொண்டான். 'க்விக்! அவன் இறங்குவதற்குள் அவனைச் சூழ்ந்துவிடலாம்.'

அந்த டிரக் சீறி, பாலத்தைக் கடந்தது. சுல்தான் அதன் டிரைவர் அருகில் உட்கார்ந்துகொண்டு குமார் இறங்குவதையே பார்த்தான். அவன் மிக வேகமாகத்தான் இறங்குகிறான்.

குமார் தான் இறங்கப் போகும் பிரதேசத்தை நோட்டம் விட்டான். மரங்கள் அடர்ந்த பிரதேசம். மரத்தில் பாரச்சூட்

மாட்டிக்கொண்டுவிட்டால் தொங்கவேண்டும். காற்று கிழக்கு மேற்காக அடிக்க, பாரச்சூட் இன்னும் தள்ளித் தள்ளி அவனைக் கொண்டு சென்றது. அவன் விமானம் என்ன ஆயிற்று? மற்ற வர்கள் என்ன ஆனார்கள்? மரங்களின் அடர்த்தியின் நடுவில் சம பூமி தெரிந்தது. எப்படியாவது அதில் இறங்கிவிடவேண்டும். அசைத்து அசைத்துப் பார்த்தான்.

சுல்தான் மகமத் நினைத்துக் கொண்டான். 'ஒரு இந்தியன்! ஒரு இந்தியன்! நான் காத்திருந்த இந்தியன்!'

ஸ்க்வாட்ரன் லீடர் குமார் கீழே விழுந்தபோது ஒரு பந்துபோல் தன்னைச் சுருட்டிக்கொண்டான். அடி படாமல் பாதுகாத்துக் கொள்ள அது ஒரு வழி. சிறிது நேரத்தில் எழுந்தான். உடனே பாரச்சூட்டிலிருந்து தன்னை விடுவித்துக்கொண்டான். தனக்குக் கொடுக் கப்பட்டிருந்த பாயிண்ட் 38 துப்பாக்கியை அதன் ஹோல்ஸ்டரில் தொட்டுப் பார்த்துக்கொண்டான். இருந்தது. தற்காப்புக்காக, அதுவும் சில கரன்ஸி நோட்டுக்களும் அவனுக்குக் கொடுக்கப்பட்டிருந் தன. கரன்ஸி நோட்டு ஒன்றும் செய்யாது. துப்பாக்கி சில காரியங்களுக்கு உபயோகப்படலாம். தன்னைச் சுற்றிலும் பார்த்தான். அது சற்றுச் சமனமான பிர தேசம். 'நான் முழுசாக இருக்கிறேன். எனக்கு ஒன்றும் ஆகவில்லை' என்கிற செய்தி அவனுக்குச் சந்தோஷம் தந்தது. உடன் ஒரு கவலையும் ஏற்பட் டது. எங்கிருக்கிறேன்? அவர்கள் எங்கிருக்கிறார் கள்? சுற்றிலும் பார்த்தான். தூரத்தில் ஒரு குளம் தெரிந்தது. அதன் அருகில் அடர்த்தியான மூங்கில் காடு தெரிந்தது. தன் அருகில் தோகை மயில்போல் தரையில் விரித்திருந்த பாரச்சூட்டைப் பார்த்தான். உடன் இந்த இடத்தை விட்டு விலகவேண்டும். இது அடையாளம் காட்டிவிடும். அவன் நடக்க ஆரம்பித் தான். அவன் காலடி ஓசை துல்லியமாகக் கேட்டது. சற்று வேகமாக நடக்க ஆரம்பித்தான். சற்று

முன்தான் அவனிடம் மணிக்கு 600 மைல் வேகத்தில் செல்லக் கூடிய சக்தி இருந்தது. இப்போது நடக்கவேண்டும். ஓட வேண்டும். எங்கே? அந்த மூங்கில் காட்டை நோக்கி நடந்தான்.

சூரிய வெளிச்சம் அந்த மூங்கில்களின் இடைவெளிகளில் தப்பித்து அந்தக் குளத்தில் அவ்வப்போது மாறும் வைரங்களாக ஜொலித்தது. குளத்தருகில் வந்தான். நிறையத் தாமரை மலர்கள் தெரிந்தன. அவற்றின் இலைகள் குளத்தைப் பாதி மறைத் திருந்தன. குமார் அந்த மூங்கில்களின் இடைவெளிகளில் நடந் தான். அவன் காலடி ஓசை ஸ்பஷ்டமாகக் கேட்க, அவன் இதயம் படபடத்தது. மூங்கில்கள் வரிசையாகவோ, வரிசையில்லா மலோ நான்கு திசைகளிலும் அவனைச் சூழ்ந்துகொண்டன. மிக நெருக்கமாகப் பக்கத்தில் பக்கத்தில் இஷ்டத்துக்குப் பச்சை பச்சையாக நெட்டையாக வளர்ந்திருக்கும் கும்பல்கள். சற்றுப் பசுமை இடைவெளி, மீண்டும் மூங்கில்கள். ஸால் மரங்கள். இவற்றில் மறைந்துகொள்வது மிகச் சுலபம்.

ஆதாரமாக சூரியனின் திசையை வைத்துக்கொண்டு வடக்குப் புறமாக நடந்தான். எதற்காக என்பது அவனுக்கு அப்போது தெளிவாக இல்லை. உள் உணர்ச்சி சொன்ன திசை அது.

அப்போதுதான் அந்தச் சப்தத்தைக் கேட்டான். மற்றொரு காலடி ஓசை. அவன் நின்றான். அந்த ஓசையும் நின்றது. மறுபடி நடந் தான். மறுபடி கேட்டது. உடனே திரும்பினான். யாரோ ஒருவன், சட்டென்று மூங்கில்களின் ஊடே மறைவதைப் பார்த்தான். தன் துப்பாக்கியை எடுத்துக்கொண்டான். அதன் ஸேஃப்ட்டி காட்ச்சை விடுவித்துக்கொண்டான். நின்று காத்திருந்தான்.

மூங்கில்களின் இடைவெளிகளில் அவன் தெரிகிறானா? சுடலாமா? வேண்டாம்.

மெதுவாக மிக மெதுவாக ஒரு தலை எட்டிப் பார்த்தது. ஓர் இளைஞன்.

குமார் தன் துப்பாக்கியை நீட்டினான். அந்த இளைஞன் முழுவ தும் வெளிப்பட்டான். குமாரின் உடைகளைப் பார்த்தான். புன் சிரித்தான். குமாருக்கு ஆச்சரியமாக இருந்தது.

அந்த இளைஞன் அழுக்கு பனியனும் லுங்கியும் அணிந்திருந் தான். அவன் தோளில் மாட்டப்படும் ஒரு ரைஃபில் தொங்கியது.

குமார் காண்பித்த துப்பாக்கியை மதிக்காமல் அவன் குமாரை நோக்கி வந்தான். அவன் பெங்காலியில் கேட்டான். அவன் கேட்ட பாவனையிலிருந்து குமார் 'இண்டியா', 'பாரத்', 'ஹவாய்', 'ஜஹாஸ்' போன்ற வார்த்தைகளையும் சற்று அபிநயங்களையும் உபயோகித்து, தான் ஒரு இந்திய விமானி என்பதையும் வானப் போரில் அடிபட்டு விழுந்துவிட்டதையும் சொன்னான். அந்த இளைஞன் மறுபடி சிரித்து அவனருகில் வந்து, 'ஆஷோன்!' என்று அவன் கையைப் பிடித்து அழைத்துச் சென்றான். இல்லை, இழுத்துச் சென்றான்.

மறுபடி மூங்கில்கள் சிக்கலாயின. பிரிந்தன. சூழ்ந்துகொண்டன. சூரியனைக் காட்டின. மறைத்தன.

மிக அடர்த்தியான மூங்கில் பகுதியில் ஒரு சிறிய குடிசை தெரிந்தது. குமாரால் அந்த இளைஞனுடன் தாக்குப் பிடித்து அவ்வளவு வேகமாக நடக்க முடியவில்லை. எவ்வளவு முள்கள் இருக்கும் இதில்! இந்த இளைஞன் எப்படி வெறுங்காலுடன் நடக்கிறான்!

குடிசைக்குள் நுழையும்போதே குமாரை அழைத்துவந்த இளைஞன் பேசிக் கொண்டே உள் சென்றான். குடிசையிலிருந்து மற்றொரு இளைஞன் வெளிப்பட்டான். குமாரைப் பார்த்தான். 'வெல்கம் டு பங்களாதேஷ்!' என்றான். 'நான் நீங்கள் இறங் குவதைப் பார்த்துக்கொண்டுதான் இருந்தேன்.'

'உனக்கு ஆங்கிலம் தெரியுமா?'

'தெரியும். டாக்கா யுனிவர்சிட்டியில் படித்துக்கொண்டிருந்தேன். படிப்பு நின்றுவிட்டது. என் பெயர் ஸிராஜ். இவன் காஸிமுத்தீன்.'

'என் பெயர் குமார்.'

'உள்ளே வாருங்கள்.'

சுல்தான் முகம்மது வண்டியிலிருந்து இறங்கிய இடம் பாலத்தைக் கடந்து, சில மைல்கள் சென்று, மிகப் பெரிய அரைவட்டமாக மூங்கில் காடுகளை அணைத்துக்கொண்டு தெற்குப் புறத்தில் நதியால் வரையறுக்கப்பட்ட பிரதேசம். உடனே தன் உடன் வந்திருப் பவர்களை இறங்கச் சொன்னான். அவர்களைச் சாலையில் இருநூறு இருநூறு அடி தள்ளி அனுப்பினான்.

'இந்தப் பிரதேசத்துக்குள்தான் அவன் இறங்கி இருக்கிறான். மெதுவாக மூங்கில் காட்டுக்குள் நுழையுங்கள். அதோ அங்கே கும்பலாக மூங்கில் மரங்கள் தெரிகிறதல்லவா? அங்கே மறுபடி ஒன்று சேருவோம். பாரச்சூட் தெரியும். பாரச்சூட் தெரிந்தாலோ அல்லது அவன் நடமாட்டம் தெரிந்தாலோ உடனே பார்த்தவன் வான் நோக்கிச் சுடவேண்டும். அவனைக் கொல்லக் கூடாது. அவனை உயிருடன் பிடிக்கவேண்டும். இது கட்டளை.'

அவர்கள் விரிவான அரைவட்டத்தில் அந்த மூங்கில் காடு களுக்குள் நுழைந்தார்கள். அவர்களது ரைஃபிள்கள் முன்நோக்கி இருந்தன. அதன் முனைகளில் கத்திகள் பளபளத்தன. அவர்கள் விரல்கள் துப்பாக்கிகளின் குதிரைகளில் தயாராக இருந்தன.

'கமான் ரியாஸ்! அவனைச் சந்திப்போம்' என்று சுல்தான் மகமத் அந்தச் சரிவில் இடது கையில் துப்பாக்கியுடன் குதித்தான்.

அந்தக் குடிசைக்குள் ஒரே ஓர் அரிக்கேன் விளக்கு இருந்தது. ரைஃபிள்கள் இரண்டு இருந்தன. சில ஹாண்ட் கிரனேடுகளும் ஒரு மரப்பெட்டியும் இருந்தன.

'முஜிப் சாஹப் கடவுள். அவர்கள் சாத்தான்கள். இந்தக் கான் சிப்பாய்கள் மனிதர்களா? எனக்கு இரண்டு தங்கைகள் இருந் தார்கள், அப்பா, அம்மா. அவர்கள் எல்லாரும் கொல்லப்பட் டார்கள். நான் படித்துக்கொண்டிருந்தேன். இவன் உழுதுகொண் டிருந்தான். இப்போது இருவரும் மறைந்திருந்து தாக்குகிறோம். இங்கிருந்து முப்பது மைலில் ஒரு சிறிய பாலத்தை நாங்கள் இருவரும் தகர்த்தோம். இப்போது அருகே இருக்கும் பத்மா நதிப் பாலத்தைத் தாக்கப்போகிறோம். நீங்கள் நிறைய விமானங்களை வீழ்த்தினீர்களா?'

'இல்லை. ஒருவனை வீழ்த்தினேன். அதற்குமுன் சில டாங்கு களை அடித்தேன். நீ சொன்ன பாலத்தருகில்தான் என் விமானம் அடிபட்டது. குதித்தேன். இங்கே இருக்கிறேன்.'

'இங்கே அவர்கள் உங்களை அடைய முடியாது. உங்களைக் கவனித்துக்கொள்கிறேன். இந்திய சகோதரர்கள் இன்னும் சில தினங்களில் இந்தப் பாலத்துக்கு வந்துவிடுவார்கள். கான் சிப் பாய்கள் தப்பிக்காதபடி பாலத்தை இன்றிரவு தகர்த்துவிட வேண்டும்.'

அருகில் இருந்த காஸிமுத்தீன் திடீரென்று பெங்காலியில் பேசினான். தன் பனியனைத் தூக்கி மார்பெலும்புகளுக்குமேல் குரூரமாக இருந்த தழும்பைக் காட்டினான்.

அவன் சொன்னதன் அர்த்தம் புரிய பாஷை தேவையில்லை.

'கான் சிப்பாய்கள் பயோனெட்டினால் என்னைக் கிழித்திருக் கிறார்கள்.'

குமார் அவனை மறுபடி பார்த்தான். சிறிய பையன். முகத்தில் இப்போதுதான் மீசை தெரிகிறது. கண்களில் ரத்த வெள்ளத்தில் பிறக்கப்போகும் ஒரு புதிய சகாப்தத்தின் ஆரம்ப வார்த்தைகள் எழுதி இருந்தன. எத்தனை ஆர்வம்!

குமார் விழுந்துவிட்ட செய்தி ஜாயிண்ட் ஆபரேஷன்ஸ் கமாண்ட் (ஜே.ஓ.ஸி.) நிலையத்திற்கு உடன் தெரிவிக்கப் பட்டது. அங்கிருந்து வெவ்வேறு ரேடியோ வயர்லஸ் சாதனங் களின்மூலம் ஜெஸ்ஸூர் நகரை நோக்கி முன்னேறிக் கொண் டிருக்கும் இந்திய முன்னணிப் படைக்குச் செய்தி தெரிவிக்கப் பட்டது. குமாரின் விமானம் தாக்கப்பட்டு அவன் விழுந்த இடம், பாரச்சூட் மூலம் தப்பித்து விட்ட செய்தி யாவும் தெரிவிக்கப் பட்டது.

சுல்தான் மகமத் அந்த மூங்கில்களின் ஊடே நடந்தபோது, 'ரியாஸ், அவனைப் பிடிக்காமல் நாம திரும்பப் போவதில்லை!' என்றான். அவர்கள் நடந்து சென்றுகொண்டிருந்த இடத்தி லிருந்து முன்னூறு அடி முன்னே அந்தக் குளம் இருந்தது. அந்தக் குளத்தருகில் சற்றுத் தூரத்தில் சமமான பிரதேசத்தில் அந்த பாரச்சூட் கிடந்தது.

'ஐ'ம் ஸாரி. என்னிடம் இனிப்புப் பண்டங்கள் இல்லை. நீங்கள் பங்களாதேஷுக்கு வந்ததற்கு ஏதாவது இனிப்பு உங்களுக்குத் தர வேண்டும். காஸிம், கொஞ்சம் சர்க்கரை எடு... கொஞ்சம் சர்க்கரை வைத்திருக்கிறேன். கொஞ்சம் தேயிலை இருக்கிறது. காஸிம், பைலட் சாஹபுக்கு டீ போட்டுக் கொடு. நான் டாக்கா யூனிவர்சிட்டியில் ஃபிலாசபி படித்துக்கொண்டிருந்தேன். என் தங்கைகள் இறந்துபோனதும் படித்ததையெல்லாம் மறந்து விட்டேன்.'

குமாரின் வாயில் சர்க்கரை தூவினான் ஸிராஜ்.

அப்போது தூரத்தில் வானத்தில் சுடப்பட்ட துப்பாக்கியின் ஒலி கேட்டது.

சுல்தான் மகமத் பாரச்சூட் அருகில் நின்றுகொண்டிருந்தான். அவனை நோக்கி மற்றவர்கள் ஓடி வந்துகொண்டிருந்தார்கள். சுல்தான் எதிரே பார்த்தான். அவனுடன் இப்போது பதினைந்து பேர் சேர்ந்துகொண்டார்கள். 'கம்!' என்றான்.

வெடிச் சத்தத்தைக் கேட்டவுடன் இருவரும் உடனே விருட் டென்று எழுந்து தத்தம் ரைஃபிள்களின்மேல் பாய்ந்தார்கள். காஸிம் குடிசைக்கு வெளியே ஓடி மறைந்தான்.

'உனக்கு ரைஃபிளை உபயோகிக்கத் தெரியுமா?' என்று ஸிராஜ் கேட்டான்.

'தெரியும். என்னிடம் பிஸ்டலும் இருக்கிறது.'

'க்விக்! நாம் மறைந்துகொள்ளவேண்டும்.' காஸிமுத்தீன் ஓடி வந்து பெங்காலியில் சொன்னான்.

'நாம் சற்று அயர்ந்துவிட்டோம்.' அவர்கள் மிக அருகில் இருக் கிறார்கள். 'குமார் ஸாஹப், உங்களுக்கு நீந்தத் தெரியுமா?'

'தெரியும்' என்றான் குமார்.

'காஸிம்! எத்தனை பேர் தெரிகிறார்கள்?'

'நிறையப் பேர்.'

'நதியில் நீந்துவீர்களா?' என்றான் குமாரைப் பார்த்து.

'முயற்சி செய்கிறேன்' என்றான் குமார்.

காஸிம், 'வேண்டாம். குளத்துக்குப் போய்விடலாம்' என்றான்.

'ஆம். குழாய்களை எடு!' காஸிம் நீண்ட மெலிய மூங்கில் குழல் களை மரப் பெட்டியிலிருந்து எடுத்தான்.

'குமார் ஸாஹப், இங்கிருந்து மேற்கே ஒரு குளம் இருக்கிறது. அதனடியில் நாம் மூழ்கிக்கொள்ளலாம். மூச்சுவிட இந்தக் குழல்கள். சுலபம். சொல்லித் தருகிறேன்!'

பதினாலு நாட்கள் ♦ 49

‘ரைஃபிள்கள்?’

‘அவற்றை மரப் புதரில் மறைத்துவிடலாம். நிறையப் பேர் இருக்கிறார்கள். இதுதான் தப்பிக்க ஒரே வழி.’

சுல்தான் மகமத் மெதுவாக அந்த மூங்கில்களை நோக்கி நெருங் கினான். இடது பக்கம், வலது பக்கம் ஆட்களைப் பிரித்து அனுப்பி, அந்த இடத்தைச் சுற்றி வளைத்துக்கொண்டு உள்ளே நெருங்கினார்கள்.

அவர்களுக்கு உத்தேசமாக எதிரே இடது பக்கத்தில் முன்பு பிரிந்திருந்த ஆட்கள் துப்பாக்கி சப்தம் கேட்டபின், அந்தத் திக்கை நோக்கி வந்துகொண்டிருந்தார்கள்.

காஸிம் முதலில் ஓட, சற்றுத் தள்ளி ஸிராஜூம் குமாரும் தொடர்ந்து கொண்டிருக்க... சட்டென்று ஸிராஜ், குமாரைப் பிடித்து நிறுத்தி மூங்கில் அடர்த்திக்குள் அழுத்தி பதுங்கிக் கொள்ளச் சொன்னான்.

மெல்ல எட்டிப் பார்த்தான் குமார்.

குளத்தை நோக்கி ஓடிக்கொண்டிருந்த காஸிமைப் பல பாகிஸ் தானியர்கள் வேகமாகச் சூழ்ந்து நெருங்கிக் கொண்டிருந்தார்கள்.

காஸிம் தன் ரைஃபிளை வைத்துக் குறி பார்ப்பதற்குள் அவர்கள் குண்டு அவன் காலில் பட்டு சுருண்டு விழுந்தான்.

‘கொல்லாதே!’ என்று கத்தினான் சுல்தான் மகமத்.

காஸிமுத்தீன் அடிபட்டுவிட்டதில் அவர்கள் எல்லோரும் அவனைச் சூழ்ந்துகொண்டுவிட்டார்கள். மூங்கில்களின் அடர்த்தியின் இடையே மறைந்திருந்த குமாரும் ஸிராஜும் தாற்காலிகமான பத்திரத்தில் அவர்களை இடைவெளிகளின் ஊடே பார்த்துக் கொண்டிருந்தார்கள்.

'எத்தனை கான் சிப்பாய்கள் குமார் ஸாஹப்?' என்றான் ஸிராஜ்.

'ஸிராஜ், அத்தனை பேரும் எனக்காகத்தானே வந்திருக்கிறார்கள்?'

'ஆம், குமார் ஸாஹப்.'

காஸிமுத்தீனை அவர்கள் மிகவும் கடுமையாகக் கைகளைப் பிணைப்பதைப் பார்த்தார்கள்.

'அவனைக் கொல்லப் போகிறார்கள்' என்றான் ஸிராஜ்.

குமாரின் இதயம் அதிவேகத்தில் அடித்துக்கொண்டது. அந்தச் சூழ்நிலையில் ஓர் அமானுஷ்யமான கொடூரம் பரவி இருந்தது. ஸிராஜ் தன் ரைஃபிளை எடுத்து மூங்கில்களின் இடையில் செலுத்தி 'க்ளிக்' என்று விடுவித்து அவர்கள் மேல் குறி பார்த்தான்.

குமார் 'இரு' என்று தடுத்தான். 'இங்கிருந்து சுட்டால் வீணாகும் ஸிராஜ்! முதலில் ரேஞ்ச் கிடையாது. நாம் இருக்கும் இடம் அவர்களுக்குத் தெரிந்துபோகும்.'

'காஸிம்! என் அருமை காஸிம்! அவனைக் கொல்லப் போகிறார்கள் குமார் ஸாஹப்!'

சுல்தான் மகமத், காஸிமைக் கொல்வதாக இல்லை. மெதுவாக, பிடிவாதமாக அவனை அணுகினான். 'க்யா நாம்?' என்றான். 'நாம்! நாம்?' என்று அழுத்திக் கேட்டான்.

'காஸிமுத்தீன்' என்றான் மெலிதாக.

'பேசுகிறான்' என்றான் சுல்தான்.

காஸிமின் காலில் குண்டுபட்ட இடத்தில் ரத்தம் சிந்திக் கொண்டிருந்தது. அவன் துப்பாக்கியை சுல்தான் ஆராய்ந்தான். அவன் கையிலிருந்த மூங்கில் குழாயைப் பார்த்தான். மிக சுவாரஸ்யமாக அதன் ஓட்டையில் ஒற்றைக் கண்ணை வைத்து அதன் மூலம் காஸிமைப் பார்த்தான். 'தண்ணீரில் மூழ்கி மறைவதற்குச் சாமர்த்தியமான சாதனம்! ரியாஸ்...'

'கேப்டன்! இவனைக் கொன்று விடலாம்.'

'முட்டாளே, இரு. இவனிடம் தகவல் இருக்கிறது. இவனுக்குத் தெரியும்.' சுல்தான் உருதுவில் காஸிமைக் கேட்டான். கேட்கும் போது வானத்தைக் காட்டி வானத்திலிருந்து ஒரு விமானி விழுந்ததை நடித்துக் காட்டினான். தூரத்தில் விழுந்திருந்த பாரச் சூட்டைக் காட்டினான்.

காஸிம், 'எனக்குத் தெரியாது' என்று தலையசைத்தான்.

சுல்தான் உடனே ரைஃபிளின் பின்பாகத்தினால் அவன் வயிற்றில் அடித்தான். அந்த அடியினால் காஸிமின் உதடுகளிலிருந்து புறப்பட்ட வேதனை முனகல் குமாருக்குக் கேட்டு, குமாரின் வயிற்றில் ஓர் இரக்கப் பந்து சுருண்டுகொண்டது.

'அவனை அடிக்கிறார்கள். அவனைக் கொல்ல மாட்டார்கள்.' என்றான் குமார்.

'அவன் சொல்ல மாட்டான்' என்றான் ஸிராஜ்.

காஸிம் மடங்கி விழுந்தான். சுல்தான் மகமத், 'எழுந்திரு. எழுந்திரு' என்று கையைச் சொடக்கி அவசரப்படுத்தினான். காஸிமின் தலையை ரியாஸ் நிமிர்த்தினான். சுல்தான் மறுபடி கேட்டான். 'இப்போது சொல்.'

காஸிம் மறுபடி தலையை ஆட்டினான். சுல்தான் அவன் தோளில் வெடித்தான்.

குமார் அந்த இளைஞனுக்காக மிகவும் பரிதாபப்பட்டான். அவர்கள் தன்னைப் பற்றித்தான் கேட்கிறார்கள் என்பது தெரிந்தது. இளைஞன் பிடிவாதமாகச் சொல்ல மறுக்கிறான்.

'குமார் ஸாஹப்! வாருங்கள், மறைந்து ஓடிவிடலாம். இந்த இடத்தில் இருந்தால் நமக்கு மிக ஆபத்து' என்று ஸிராஜ் அவனை இழுத்தான்.

'ஸிராஜ்! அவனை விட்டுவிடுவதா? என்ன இது?' என்றான் குமார்.

'குமார் ஸாஹப்! அவனை நாம் இரண்டு பேர் காப்பாற்ற முடியாது...'

இப்போது காஸிமின் உடல் எல்லாம் ரத்தம் தெரிந்தது. சுல்தான், 'எழுந்திரு, எழுந்திரு' என்று அவனைத் துப்பாக்கி முனையால் குத்திக்கொண்டிருந்தான். காஸிமினால் முழங்கால் மண்டிக்கு மேல் எழுந்திருக்க முடியவில்லை.

'குமார் ஸாஹப்! வாருங்கள், ஓடிவிடலாம். நாம் இனி இங்கே இருக்கக்கூடாது.'

'ஸிராஜ், இரு' என்றான் குமார்.

அவன் மனத்தில் ஓடிப்போவது கோழைச் செயலாகப் பட்டது. 'எங்கேயோ பிறந்து, சென்ற அரை மணிவரை என்னுடன் பரிச்சயமே இல்லாத இந்த இளைஞன் இப்போது எனக்காக இந்த மூங்கில் காட்டில் ரத்தம் சிந்துகிறான். இது தப்பு! இப்போது நான் ஓடினால் நான் அகப்படுவதை தாற்காலிகமாகத் தவிர்க்கலாம். இன்று தப்பிக்கலாம். ஆனால் நாளை? பாகிஸ்தானியர்கள் நான் இறங்கியதைப் பார்த்திருக்கிறார்கள். இந்தப் பிரதேசம் முழுவதும் அவர்கள் ராணுவம் சூழ்ந்திருக்கும். எனக்காக அவன் அடி படுகிறான். என் ஒரு நாள் சுதந்தரத்துக்காக. இது நிச்சயம் தப்பு. நான் அகப்பட்டால் என்ன ஆகிவிடும்? நான் ஒரு போர்க்

கைதியாக மதிக்கப்படுவேன். நான் ஒரு ஆபீசர். எனக்குரிய சலுகைகள் இருக்கின்றன. சர்வதேச ஜெனீவா கன்வென்ஷன் படி! எத்தனை பாகிஸ்தானியர்கள் நம்மிடம் கைதிகளாக அகப்பட்டிருக்கிறார்கள்! என்னை அவர்கள் ஒன்றும் செய்துவிட முடியாது. இப்படி நான் ஒளிந்து மறைந்து எனக்காக அவனை அடிபடவைத்துத் தப்பிப்பது நியாயமில்லை.'

'ஸிராஜ்! எல்லாவற்றுக்கும் நன்றி. நீ தப்பித்துப் போ. நீ ஓடிப் போய்விடு. குட்பை ஸிராஜ், மறுபடி சந்திப்போம்.'

'குமார் ஸாஹப்!'

குமார் உடனே மூங்கில் மறைவிலிருந்து வெளிப்பட்டு, 'இங்கே இருக்கிறேன். டோண்ட் ஷூட்!' என்று கத்தினான்.

அவர்கள் உடனே திரும்பினார்கள். ஒரே சமயத்தில் இருபத்தைந்து துப்பாக்கிகள் குமாரை நோக்கின. சுல்தான் மகமத் கையை உயர்த்தி அவர்களை நிறுத்தினான்.

'அவனை அடிப்பதை நிறுத்துங்கள். எனக்காகத்தானே அவனை அடிக்கிறீர்கள்? நிறுத்துங்கள்' என்று இரைந்து சொல்லிக் கொண்டே முன்னேறினான்.

சுல்தான் மகமதும் ரியாஸும் அவனை நோக்கி நடந்தார்கள். எல்லோரும் அவனையே பார்த்திருக்க, குமார் அலட்சியமாக நடந்துவந்தான். பாதி வழியில் சுல்தான் மகமத் அவனைச் சந்தித்தான்.

'ஸ்க்வாட்ரன் லீடர் குமார்' என்றான் குமார்.

'கேப்டன் சுல்தான் மகமத்' என்றான் சுல்தான்.

குமாரின் வலது கை சுல்தானின் கையை விரும்பிக் கேட்டது. அவர்கள் கை குலுக்கிக்கொண்டார்கள். குமார் அவன் கையை அழுந்தப் பற்றினான். 'நீயும் நானும் ஒரு பொது விளையாட்டில் எதிரிகள். அவ்வளவுதான்.'

சுல்தான் மகமத் பற்றிய கையை விடுவித்துக்கொண்டான். 'நீ ஒரு இந்தியன். நீ ஒரு இந்தியன்.'

ரியாஸ், குமாரின் உடலைச் சோதனை போடச் செயல்பட்டான். 'வெயிட் எ மினிட். நான் ஒரு ஆபீசர். என்னை இப்படிச்

சோதனைபோட வேண்டியதில்லை. நானே தருகிறேன்' என்று குமார் தன் துப்பாக்கியை எடுத்துக் கொடுத்தான். தன்னிடமிருந்த மற்றக் காகிதங்களை அவன் முன்பே அழித்திருந்தான்.

காஸிமை ஒரு சிப்பாய் நிமிர்த்த, 'லீவ் தட் பாய் அலோன். இவ்வளவு பேர் சேர்ந்துகொண்டு ஒரு சின்னப் பையனை அடிப்பது நியாயமில்லை. மேலும் அவனை அடிப்பதற்கு இப்போது அவசியமில்லை. யூ காட் மி!' என்றான் குமார்.

சுல்தான், குமாரையே பார்த்துக்கொண்டிருந்தான். குமார் தன் மேல் அத்தனை ஜோடிக் கண்களும் பதிந்திருப்பதை உணர்ந்தான். அவர்கள் போகவில்லை.

'கமான் கேப்டன்! ஸே ஸம்திங்!'

ரியாஸ், குமாரின் கைகளைப் பின்பக்கம் கட்ட முயன்றான். குமார் அவனை உதறிவிட்டு, 'வாட்ஸ் த மாட்டர்? நான் சொன்னால் உங்களுக்கு நம்பிக்கை இல்லையா? இவ்வளவு பேர் துப்பாக்கிகளுடன் சூழ்ந்திருக்க நான் எதிர்ப்பேனா? எனக்கு என்ன பைத்தியமா?'

'ரியாஸ், அவனை விடு!' என்றான் சுல்தான்.

'கம்' என்றான் சிக்கனமாக.

குமார் கீழே கிடந்த ஒரு கல்லை உதைத்துவிட்டு முன்னே நடக்க, அவர்கள் பின்னால் சென்றார்கள்.

'அவன் விழுந்ததை நீங்கள் பார்த்தீர்களா?' குரூப் கேப்டன் கேட்டார். ஆபரேஷன்ஸ் ரூமில் அனிலும் சுதாகரும் மிகவும் மரியாதையுடன் நின்றுகொண்டிருந்தார்கள்.

'எஸ் சார்! பாரச்சூட் விரிவதையும் பார்த்தேன்.'

அவர்கள் சுவரிலிருந்த பெரிய மேப்புக்குச் சென்றார்கள். 'பாலம் இங்கிருக்கிறது. ஹெவிலி கார்டெட். இதற்கு வடக்கே நதியைக் கடந்து அடர்த்தியான பிரதேசத்தில் விழுந்திருக்கவேண்டும்.' சிவப்புப் பென்சிலால் அதில் ஒரு சுழி சுழித்து, 'இங்கேதான் இறங்கியிருக்கவேண்டும். குமார் ஆறு டாங்கிகளைத் தகர்த்து எறிந்தான். ஒரு ஸேபர் விமானத்தை வீழ்த்தினான். அவனுடைய அனுபவம் இல்லை என்றால் என்னால் அந்த மற்ற விமானத்தை

வீழ்த்தியிருக்க முடியாது. நான் குமாருடன் ஒட்டிக்கொண்டு பறந்தேன். அவன் பறந்த விதத்திலேயே சென்றேன். மிக அழகாக, இயல்பாக பொஸிஷன் செய்துகொண்டான். என் வேலை பட்டனைத் தட்ட வேண்டியதுதான் பாக்கி இருந்தது. நான் வீழ்த்திய விமானத்துக்கும் அவன்தான் காரணம். அவன் மிகத் தேர்ந்த விமானி...'

'சார், ஒரு ஆட்டர் விமானம் கொடுங்கள். நாங்கள் அவனைத் தேடிக் கண்டுபிடித்து வருகிறோம்.' என்றான் அனில்.

'ஈஸி, பாய்ஸ், ஈஸி!' என்றார் குரூப் கேப்டன். 'மேஜர்' என்று ஜே.ஓ.சி.யைச் சேர்ந்த மேஜரைக் கூப்பிட்டார். 'அவன் தப்பிக்க எவ்வளவு சந்தர்ப்பம் இருக்கிறது?'

மேஜர் - ஒரு சர்தார்ஜி- மேப்பைச் சற்று நேரம் பார்த்துக் கொண் டிருந்தார். 'பாலத்தில் மிகப் பெரிய ஆர்ட்டில்லரி யூனிட் இருக் கிறது. நீங்கள் அங்கேதான் பீரங்கிகளை எதிர் கொண்டிருப் பீர்கள். காலைக் காற்று எப்படி இருந்தது?'

'சதர்லி' என்றான் சுதாகர்.

'விழுந்தபோது பாகிஸ்தானியர்கள் பார்த்திருப்பார்கள். இன் னேரம் அவரைக் கைது செய்திருப்பார்கள்.'

'அவனை எப்படி நடத்துவார்கள்?'

'ஆஸ்க் மி அனதர். சட்டத்தின்படி, சர்வதேச உடன்படிக்கையின் படி சில உரிமைகள் தரவேண்டும். பாகிஸ்தானியர்கள் சர்வதேசச் சட்டங்களை மீறுவதில் வல்லவர்கள். ஆனால்...' மேப்பில் சற்றுக் கீழ்ப்புறமாக விரலைக் காட்டி, 'நாம் இங்கே இருக் கிறோம். இன்னும் இருபத்து நாலு மணி நேரத்தில் அந்தப் பாலம் விழுந்துவிடும். அதற்குள் அவர்கள் ஸ்க்வாட்ரன் லீடர் குமாரை வேறு இடத்துக்கு மாற்றாமல் இருந்தால் நம் முன்னேறும் இந்தியத் துருப்புக்களாலேயே அவர் விடுவிக்கப்படுவார்.'

'லெட்ஸ் ஹோப் ஸோ!'

'சார், எங்களுக்குக் குமாரைப் பற்றிக் கவலையாக இருக்கிறது. ஸ்க்வாட்ரன் முழுவதும், ஏன் இந்த விமானியும், ஒவ்வொரு மெக்கானிக்கும் கவலைப்பட்டுக்கொண்டிருக்கிறார்கள்.

எல்லோரும் சுரத்திழந்து இருக்கிறார்கள். குமார் வாஸ் சச் எ நைஸ் கை... ஏதாவது செய்யவேண்டும் நாம்.'

'கவலைப்படாதீர்கள். முன்னணியில் இருக்கும் ப்ளாட்டூன் கம்பெனி செக்ஷன் ஒவ்வொன்றுக்கும் இந்நேரம் தகவல் போயிருக்கும். மோஸ்ட் ப்ராபப்ளி, நாளைக்கு இந்நேரத்தில் உங்களுக்கு குமாரைப் பற்றி தகவல் கிடைத்துவிடலாம்.'

எவ்வளவு நம்பிக்கை!

தலையில் ஸ்டீல் ஹெல்மெட், உடலில் யூனிஃபார்ம், முதுகில் ஹேவர் ஸாக், கையில் 7.62 மில்லிமீட்டர் ஸெல்ஃப் லோடிங் ரைஃபிள், கழுத்தில் ஏபி.64 அடையாளத் தகடு, 80 ரவுண்ட் அம்யூனிஷன், 39-ம் நம்பர் கிரனேடு என்று சொல்லப்படும் கைவெடி.

ஒரு ஜவானிடம் இத்தனை சாதனங்கள்! சிலரிடம் லைட் மெஷின் கன். சிலரிடம் ரேடியோ தொடர்புக்கான பேட்டரி சக்தியில் செயல்படும் வயர்லஸ் செட்கள்...

ஜெஸ்ஸூர் நகரில் நுழைந்துவிட்ட இந்தியத் துருப்புகள் ஒரு பக்கம் இருக்க, அந்த நகருக்குள் நுழையாமல் நகரின் மேற்குப் பகுதியிலேயே முக்கியப் பாதையை விட்டுக் குறுக்குப் பாதையில் வடகிழக்காக ஒரு டிட்டாச்மெண்ட் சென்றது. இவர்கள் பின்னால் வரப்போகும் பெரிய தாக்குதலுக்கு முன்னேற்பாடாக பாதையைப் பத்திரப்படுத்தப்போகும் அட்வான்ஸ் கார்ட். இவர்கள் இலக்கு பத்மா நதியை அடைந்து நதியில் ஒரு தாற்காலிகப் பாலம் அமைப்பதற்கு ஏற்பாடுகள் செய்வது.

மிக ஒழுங்காக, திறமையாக அமைக்கப்பட்ட இந்த டிட்டாச்மெண்ட் முதன்முதலில் ரிகானஸன்ஸ் யூனிட் பாயிண்ட், அட்வான்ஸ் பார்ட்டி, சப்போர்ட் பார்ட்டி என்று ஒத்துழைத்து ஒருவருக்கொருவர் ரேடியோ தொடர்புகொண்ட பகுதிகளாகப் பிரிந்து முன்னேறிக்கொண்டிருந்தார்கள். இவர்கள்தான் எல்லோருக்கும் முற்பட்டவர்கள். இவர்கள் செப்பனிட்ட பாதையில் தான் பின்பு வரப்போகிறது பெரிய பலம்.

பாயிண்ட் என்பது இருவர் மூவராக இருபதடி தள்ளி நகரும் அமைப்பு.

அதன்பின் அட்வான்ஸ் பார்ட்டி. இவர்கள் ஆண்ட்டி ட்ரங்க் சாதனங்கள், இன்ஜினியர்கள், மூன்று இஞ்ச் மார்ட்டர்கள்,

பிளாட்டூனைச் சேர்ந்த பார்வையாளர், ஆபீசர் இவர்களுடன் அடுத்து வருவார்கள். அதன்பின் பக்கபலக் குழு (சப்போர்ட் குரூப்) இவர்கள் ஆண்ட்டி டாங்க் சாதனங்களைச் செலுத்து பவர்கள். மூன்று இஞ்ச் மார்ட்டர் சாதனங்கள், அப்புறம் டிரக் குகள், பீரங்கி வண்டிகள், அப்புறம் டாங்குகள்.

முதன்முதல் செல்பவர்களில் இன்ஜினியர்கள். பிரதானமான வர்கள். இவர்களின் முக்கியப் பணி பின்வரப்போகும் ராணுவத் துக்கு ஏற்றதாகப் பாதையை ஆக்குவது. ஸாப்பர்கள் என்று சொல்லப்படும் இந்த இன்ஜினியர்கள் முதலில் நதிக்கரையை அடைந்து இந்த நதியில் கே.எம். பாலம் என்று சொல்லப்படும் ஹெவி அஸ்ஸால்ட் (ப்ளோட்டிங் ப்ரிட்ஜ்) பாலம் அமைக்கப் போகிறார்கள். அலுமினியம், மிதக்கும் ரப்பர் சாதனங்கள், சீல் வைத்த நியூமாட்டிக் சாதனங்கள் இவற்றைக் கொண்டு அவர்கள் பாலம் அமைக்கப் போகிறார்கள். இவர்கள் அமைக்கும் பாலம் பத்மா நதியில் பாகிஸ்தானியர்கள் பாதுகாக்கும் முக்கியப் பாலத்துக்கு அருகில், நதி வளையும் ஒரு ரகசிய இடத்தில்.

அமைக்கப் போகும் பாலத்தில் இரவு இந்தியத் துருப்புகள் தள வாடங்களுடன் கடந்து நதியின் வடக்குக் கரை ஓரமாகச் சென்று பாகிஸ்தானியர்களைப் பின்புறத்திலிருந்து ஓர் ஆச்சரியத் தாக்குதல் நிகழ்த்தப் போகிறார்கள். அதே சமயம் முன்புறத்தி லிருந்து மற்றொரு பகுதியைத் தாக்க இருக்கிறார்கள். இவர் களும் ஜெஸ்ஸூர் நகரின் உள் நுழையாமல் சுற்றி வந்து நகருக்கு வெளியே கிழக்குப்புறத்தில் ஒரு ஜாக்கிரதையான தூரத்தில் ஜெஸ்ஸூர், டாக்கா பாதையைப் பிடிக்கத் திட்டமிட் டிருந்தார்கள்.

ஜெஸ்ஸூரின் உள்ளே இருந்த பாகிஸ்தானிய ராணுவ காரிஸ னில் அதிகாரிகள், இந்தியர்கள் உள்ளே வரப் போகிறார்கள் என்றும் அவர்களைத் தெருக்களில் முறியடிக்கப் போகிறோம் என்றும் எதிர்பார்த்துக்கொண்டிருந்தார்கள்.

பாலம் அமைக்க நதிக் கரைக்குச் சென்றுகொண்டிருந்த முதல் செக்ஷனுக்கு ரேடியோ மூலம் அந்தச் செய்தி வந்தது. 'நம்பர் ஒன் செக்ஷன் ஆன் க்ராஸிங் ஒர்க் ஃபார் எஜக்டட் பைலட் ஸ்க்வாட்ரன் லீடர் குமார்... நதியைக் கடந்ததும் பாரச்சூட்டில் இறங்கி இருக்கிற நம் விமான ஸ்க்வாட்ரன் லீடர் குமாரைத் தேட முயற்சிக்கவும்...'

நூறு வேடர்கள் வீழ்த்திய ஒரே ஒரு பறவை.

குமாரின் அருகில் அந்தச் சிப்பாய்கள் நெருக்கமாக உட்கார்ந்திருக்க, சுல்தான் மகமத் முன்சீட்டில் உட்கார்ந்திருக்க, அந்த வண்டி ஆடி ஆடிச் சென்றது.

குமார் இரண்டு தினங்களில் தனக்கேற்பட்ட மாறுதல்களை யோசித்தான். முதலில் வீட்டில் அவசர அவசரமாக டூத் பேஸ்டையும், பிரஷ்ஷையும், சோப்பையும் பெட்டியில் எறிந்து கொண்டு மனைவி, மகனற்ற அந்த மாலையில் கிளம்பியது, அப்புறம் டிரான்ஸ்போர்ட் விமானத்தில் அந்தத் தளத்துக்கு வந்தது, அப்புறம் இளங்காலையில் ஜெட் விமானத்தில் பறந்து போராடி அடிபட்டு வானில் தூக்கி எறியப்பட்டு மிதந்து அகப்பட்டுக் கொண்டு-

குமார், சுல்தான் மகமதின் புடைத்த நரம்புகளைப் பார்த்தான். மூங்கில் காட்டின் நடுவில் அடிபட்ட - தனக்காக அடிபட்ட முக்தி பாஹினி இளைஞனை யோசித்தான். அவனருகில் சென்று அவன் ரத்தத்தைத் துடைத்திருக்கலாம். அவனிடம் சென்று அவனுக்குப் புரியாத பாஷையில் 'என் நண்பனே' என்று அவன் கன்னத்தை உயர்த்திப் பார்த்திருக்கலாம்... சே!

சுல்தான் மகமத், குமாரைப் பார்த்தான். இவன் பற்கள் எவ்வளவு சுத்தமாக இருக்கின்றன! அந்தச்

சுத்தம் அவனுக்கு அருவருப்பு தந்தது. இவன் ஏறக்குறைய என் உயரம் இருப்பான். என் பலம் இருப்பான். இவன் ஒரு ஆபீசர். நானும் ஒரு ஆபீசர். இவன் இந்தியன், நான் பாகிஸ்தானி. இவன் இந்து, நான் முஸ்லிம். இவன் பசுவை வணங்குகிறான், நான் பசுவைத் தின்கிறேன். இவனுக்கும் எனக்கும் பின்னணியில் இருக்கும் பகை, சரித்திர ஆரம்பத்திலிருந்து இருப்பது...

'ஜீப்பை நிறுத்து' என்றான் சுல்தான். குதித்து இறங்கினான். 'ரியாஸ்!' என்று கூப்பிட்டான். ரியாஸிடம் தன் துப்பாக்கியைக் கொடுத்து விட்டான். பின்னால் வந்து குமாரை வெளியே இறங்கச் சொன்னான். குமார் சற்று ஆச்சரியத்துடன் இறங்கினான். 'என்ன?' என்றான்.

சுல்தான் சுற்று முற்றும் பார்த்தான். மரங்கள் அடர்ந்த, நிழல் அடர்ந்த இடம்.

'என்னுடன் வா!' என்றான் சுல்தான் தன் சட்டையைக் கழற்றிக் கொண்டே.

'எதற்கு?'

'இந்தியனே! சட்டையைக் கழற்று. என்னுடன் வா. நாம் இருவரும் போரிடலாம் வா!'

'யூ மீன் ஹாண்ட் டு ஹாண்ட் ஃபைட்?'

'ஆம்!'

'ஆர் யு க்ரேஸி? பைத்தியமா உனக்கு?'

'ஆம்.'

'உனக்கு என்ன வேண்டும் கேப்டன்?'

'நீ இந்தியன். நான் பாகிஸ்தானி. யார் உயர்வு பார்த்துவிடலாம்.'

'கேப்டன், இது ஹாக்கி பந்தயம் அல்ல. இது போர்.'

'கம், யூ பாஸ்டர்ட்! உனக்கு முதுகெலும்பு இருந்தால் வா!'

'என்ன சொல்கிறாய் கேப்டன்? நானும் நீயும் மண்ணில் சண்டையிட்டுப் புரண்டு நான் ஜெயித்தால் இந்தியா, நீ ஜெயித்தால் பாகிஸ்தான் என்று தீர்மானிக்கப் போகிறோமா? சில்லி!'

'உனக்குச் சண்டையிட தைரியமில்லை. எனக்கு ஒரு இந்தியனை நேருக்கு நேர் சந்தித்துப் போரிட்டு அவனை இந்தக் கரங்களால்...'

'கொல்லவேண்டுமா?'

'ஆமாம்.'

'கேப்டன்! உன்னுடைய சவாலை நான் ஏற்றுக்கொள்ள மிகவும் விரும்புகிறேன். ஆனால் இந்த மாதிரிப் போரிட நான் தயாராக இல்லை. ஏன்? பயத்தாலா? இல்லை! நான் களைத்திருக்கிறேன். ஞாபகம் வைத்துக்கொள். நான் ஒரு விமானத்திலிருந்து எறியப் பட்டவன். என் அங்கங்கள் எல்லாம் களைத்திருக்கின்றன. நீ விரும்பும் கைச் சண்டை பாரபட்சம் அற்றதாக இருக்கவேண்டும் என்றால் எனக்கு ஒரு இரவு தூக்கம் கொடு. நாளைக் காலை நான் தயார்! இட்ஸ் எ டீல்! ஓ.கே.?'

சுல்தான் சற்று யோசித்துவிட்டு 'ஓ.கே!' என்றான்.

குமார் சிரித்துக்கொண்டே தன் இருக்கைக்கு வந்து அமர்ந்தான். இவன் புத்தி பேதலித்திருக்கிறது. இவன் இந்தியர்களை வெறுக் கிறான். இவன் பெங்காலிகளைக் கொன்றவன். இவன் அபாய கரமானவன். இவன் மனம் உடைகிற நிலையில் இருக்கிறது. இவன் அபாயகரமானவன்.

மறுபடி ஜீப் கிளம்பியதும் சற்று நேரத்தில் பத்மா நதிப் பாலத்தை அது கடந்தது. குமார் சுற்றிலும் பொதிந்திருந்த கூடாரங்களைக் கவனித்துக்கொண்டே வந்தான். எத்தனை முகங்கள்! எல்லாம் அவனைத் திரும்பத் திரும்பப் பார்த்தன. எத்தனை அன்னிய வெறுப்புத் தென்படும் முகங்கள்! இவர்கள் மத்தியில் நான் எப்படி, எப்போது தப்பிக்கப் போகிறேன்?

தாற்காலிக கமாண்ட் கூடாரத்தின் அருகில் அவன் வண்டி நின்றது. சுல்தான் குதித்து இறங்கி உள்ளே சென்றான். அவர்கள் காத்திருந்தார்கள். அந்தப் பார்வைகள் ஈட்டிகள்போல அவன் மேல் பதிந்திருக்க, குமார் மேலே பார்த்தான். சூரிய வெளிச் சத்தில் கண்ணை மூடிக்கொண்டு அந்தச் சிவப்பு வெள்ளத்தை கண்களில் படரவிட்டு தலையை லேசாக ஆட்டிக் கொண்டான். குமாருக்குப் பசித்தது. தான் ஒரு ஆபீசர் கைதி. எனக்கு ஏதாவது சாப்பிடத் தருவார்கள். மஞ்சு எவ்வளவு வேகமாக உப்புமா தயாரிப்பாள்! முதலில் ரவையைப் பொன் போல் வறுத்துக்

கொள்வாள். அப்புறம் முந்திரி, கொஞ்சம் பட்டாணி, வெங்காயம்-

'இவன்தான் சார்!'

கண்ணைத் திறந்தான். யூனிஃபார்ம் ஜிலுஜிலுக்க ஓர் உயர் அதிகாரி. லெஃப்டினென்ட் கர்னலாக இருக்கவேண்டும்.

'ஸ்க்வாட்ரன் லீடர் குமார்!' என்று கூறி அவர் கையைக் கேட்டான் குமார்.

அவர் தர மறுத்தார். 'சல்யூட் மான்!' என்றார்.

'ஐ சல்யூட் வென் ஐயம் சல்யூட்டட்!' என்றான் குமார்.

தாடையின் பின்புறத்தில் அவனை அடித்தார் அந்த அதிகாரி. முதல் அடி! கோழைத்தனமான அடி! குமார் பிரமித்தான். 'நான் ஒரு ஆபீசர்! என்னிடம் ஆயுதங்கள் கிடையாது. இந்த அடி அனாவசியம்!' என்றான். ரத்தம் புளித்தது.

'ஒரு உயர்தர ஆபீசருடன் முதலில் பேசக் கற்றுக்கொள். டேக் ஹிம்! இவனை கேபினுக்குள் அடையுங்கள்.'

குமார் மூர்க்கத்தனமாக பின் கைகளில் பிணைக்கப்பட்டான். தள்ளப்பட்டான்.

'ரிமெம்பர் கர்னல்! ஆயிரக்கணக்கான பாகிஸ்தானியர்கள் எங்களிடம் அடைபட்டிருப்பார்கள்!'

அவனை நெட்டித் தள்ளிக்கொண்டே ஒரு சிறிய ட்ரெய்லர் வண்டியைத் திறந்து அவனை உள்ளே திணித்து 'டங்' என்று மூடினார்கள்.

குமார் இருளில் இருந்தான்.

நான் எழுதிய முதல் கடிதம் வந்து சேர்ந்திருக்கும் என்று நம்புகிறேன். அதற்கு இன்றைய தினம்வரை பதில் இல்லை. எனக்கு மிகவும் கவலையாக இருக்கிறது. ஏ.பி.ஓ. 9091 என்பது சரியான அட்ரஸ்தானா? தெரியவில்லை. இதென்ன அட்ரஸ்! நான் எழுதின முதல் கடிதம் உங்களைச் சேர்ந்ததும் நீங்கள் பதில் எழுதவில்லை என்றால் நீங்கள் கல்நெஞ்சக்காரர். அல்லது...

எங்கே இருக்கிறீர்கள்? இரவு பூரா துளி விளக்குக்கூட வெளியே தெரியாமல் மிகவும் இருட்டாக இருக்கிறது. அம்மாவுக்குத் தந்தி கொடுத்து உடனே வரும்படி எழுதி இருக்கிறேன். துணைக்கு ஆள் இல்லாமல் அனாவசிய பயங்கள் ஏற்படு கின்றன. ஹரி ஸ்கூல் போகிறான். மத்யானம் சீக்கிரம் திருப்பி அனுப்பி விடுகிறார்கள். சௌமித்ராவுக்கு பிள்ளைக் குழந்தை பிறந்திருக்கிறது என்று லெட்டர் வந்தது. குழந்தை நல்ல சிவப்பாம், அவள் அண்ணாவைப் போல்.

எல்லோரும் உங்களைப் பற்றித்தான் கேட்கிறார்கள். 'அவன் ரொம்ப கெட்டிக்காரன்!', 'ரொம்ப முக்கியமானவன்'. எனக்கு இதெல்லாம் வேண்டாமே! நீங்கள், நீங்கள்தான் வேண்டும். கல்யாணத்துக்குப் பிடிவாதம் பிடித்துப் போன பைத்தியக்காரத் தனத்தை இன்னும் நொந்துகொண்டிருக்கிறேன். வரும்போது உங்கள் மோதிரமும் மைனர் செயினும் எடுத்து வந்தேன்...

பேனாவின் பின்பக்கம் மஞ்சுவின் பற்கள் பட்டுக் காயமுற் றிருந்தது. அவள் யோசித்துக்கொண்டிருக்கும்போது பெல் ஒலித்தது. மஞ்சு எழுந்து சென்று பூதக் கண்ணாடிக் கண் வழியே எட்டிப் பார்த்தாள். கீழ் ஃப்ளாட் லதா, 'ஆண்ட்டி' என்று கூப்பிட்டுக்கொண்டே தெரிந்தாள்.

திறந்தாள். 'உங்களுக்கு ஃபோன் வந்திருக்கிறது' என்றாள்.

கீழே போனாள்.

'ஹலோ மிஸஸ் குமார்! நான் ஸ்க்வாட்ரன் லீடர் ராஜாராம் பேசுகிறேன்.'

மஞ்சுவின் நெஞ்சில் திடீர் என்று ஓர் எச்சரிக்கை தெரிந்தது. 'யெஸ்?'

'நீங்கள் தயவுசெய்து என் ஃப்ளாட்டுக்கு வருகிறீர்களா? என் மனைவியுடன் பேசிக்கொண்டிருக்கலாம். நான் அதற்குள் ஆபீசிலிருந்து வந்துவிடுகிறேன்.'

'ஏன்? என்ன விஷயம்? அவரைப் பற்றி ஏதாவது...'

'நான் வீட்டுக்கு வந்ததும் சொல்கிறேன்.'

'ராஜாராம், சொல்லி விடுங்கள். அவருக்கு ஏதாவது ஆகி விட்டதா?'

'இல்லை. நான் வந்துவிடுகிறேன். வீட்டுக்கு வந்ததும் சொல்கிறேன். ப்ளீஸ் டூ கம்!'

வெளியே ஹரி விளையாடிக்கொண்டிருந்தான்.

பத்மா நதிப் பாலத்தில் ஒன்பது மைல் மேற்கே மிக அடர்ந்த காட்டுப் பிரதேசத்தில் கமாண்ட் ஹெட்குவார்ட்டர்ஸிலிருந்து அனுப்பப்பட்ட ஒரு ஸப் யூனிட்.

ஒரு டிஃபென்ஸ் போஸ்ட் அமைப்பதற்காக சில பாகிஸ்தானி யர்கள் குழி வெட்டத் தொடங்கியபோது அவர்களில் ஒருவன் ஒரு அழகான கைக்கடிகாரத்தைப் பார்த்தான். அந்தக் கடிகாரம் ஓடிக்கொண்டுதான் இருந்தது. ஆனால் அதன் பட்டையில் ரத்தம் தெரிந்தது. அவர்கள் அந்த இடத்தைச் சுற்றிலும் பரவலாகத் தேட ஆரம்பித்தார்கள். தேடியதில் ஒரு விமானத்தின் சிறிய பகுதிகள், சிதறுண்ட பகுதிகள் தென்பட்டன. இன்னும் தேடியதில் கருகித் தீய்ந்த பிரதேசம் ஒன்றிருந்தது. சில நூறு அடிகள் தள்ளி ஒரு கை தெரிந்தது. துண்டித்த கை.

அந்தக் கையின் மிக அருகிலேயே மிகவும் சிதிலமாக இருந்த ஒரு பாகிஸ்தானி விமானியின் பிளந்த உடலின் மற்ற பாகங்கள் இருந்தன. அவர்கள் அந்த உடலைப் புரட்டினார்கள். பாகிஸ் தானிய விமானப் படையின் அடையாளச் சின்னம் இருந்தது. உடனே அவர்களில் ஒருவன் கமாண்ட் தலைமை நிலையத்துக்கு அனுப்பப்பட்டான்.

அந்த உடலை அவர்கள் மிகவும் சாமர்த்தியத்துடன் சேர்த்து ஒரு வழியான அளவுக்குக் கொண்டுவந்து இருவர் அதை தூக்கிக் கொண்டே சாலைவரை வந்து அங்கிருந்து கமாண்ட் தலைமை நிலையத்துக்கு ஓர் ஆம்புலன்ஸ் டிரக்கில் எடுத்துச் சென்றார்கள்.

உடல் கண்டுபிடிக்கப்பட்ட செய்தி சுல்தான் மகமதுக்குச் சிறிது நேரத்தில் கிடைத்தது.

சுல்தான் மகமது திரைகளைப் பிரித்து அந்த உடலை எட்டிப் பார்த்தான். மெடிகல் கோரைச் சேர்ந்த டாக்டர் அதை அனாவசியமாகப் பரிசோதித்துக் கொண்டிருந்தார். அருகே மூவர் கவலையுடன் நின்றுகொண்டிருந்தார்கள்.

சுல்தானின் ரத்தம் கொதித்தது. உருத்தெரியாத சேதம். உறைந்திருந்த ரத்தம். ஒரு பாகிஸ்தானிய மகனின் ரத்தம். அவன் யூனிஃபார்மின் சின்னத்தில் ரத்தம் தெரிந்தது. அந்த உடலின் மௌனமான வருகையால், அதன் சேதத்தில் பொதிந்திருந்த எதிர் காலத்தைப் பற்றிய செய்தி சுல்தானுக்கு அச்சம் அளித்தது. அதற்குமேல் வெறுப்பும் பழி வாங்கும் படபடப்பும் அவனிடம் கொந்தளித்தன.

'அவன்தான்!' என்றான் சுல்தான்.

'யார்?'

'இன்று பிடித்தோமே... இந்திய பைலட். அவன் தான் கொன்றிருக்கிறான்.'

'வானத்தில் சுட்டு வீழ்த்தப்பட்டிருக்கிறான்.'

'அவன்தான் வீழ்த்தியிருக்கிறான்.'

அங்கிருந்த மேஜரைப் பார்த்துக் கேட்டான். 'சார், அவன் எங்கே இப்போது?'

'அடைபட்டு இருக்கிறான். மாலை அவனை ராஜ்ஷாஹி ஜெயி லுக்கு மாற்றவேண்டும். அங்கேதான் ஆபீசர்களைக் கொண்டு செல்ல வேண்டும்.'

'சார், நான் அவனைப் பார்க்கவேண்டும்.'

'எதற்கு?'

'கேள்விகள் கேட்பதற்கு.'

'அவனைக் கொன்றுவிடாதே!'

'மாட்டேன். என் கூடாரத்துக்கு அழைத்துச் செல்ல விரும்பு கிறேன்.'

'அவனைக் கொன்றுவிடாதே' என்றார் மறுபடி.

குமார் தன் கை, கால்களை நீட்டிப் பார்த்துக்கொண்டான். மிகவும் குறுகலான இடத்தில் வெகுநேரம் ஒரே நிலையில் இருந் ததால் அவன் உடல் எங்கும் வலி பரவியிருந்தது. முழங்கால் பக்கம் மிகவும் வலித்தது. பாதங்களில் ஒன்று முழுவதும் மரத்திருந்தது. மிகவும் இருட்டாக இருந்தது. இன்னும் சில மணிநேரங்கள் இந்தப் பெட்டிக்குள் இருந்தால் மூச்சு முட்டியே இறந்துவிடுவோம் என்று தோன்றியது. எங்கிருந்து எங்கே? நான் சுயேச்சையாக அகப்பட்டுக் கொண்டது முட்டாள்தனமா? இத்தனை பாகிஸ்தானியர்கள் மத்தியில் வந்து மாட்டிக்கொண்டு விட்டேனே. எனக்கு என்ன ஆகப்போகிறது?

கதவு திறந்தது. திடீரென்று ஏற்பட்ட வெளிச்சத்தில் அவன் கண்கள் கூசின. இன்னும் பகல்தான். பிற்பகலாக இருக்கலாம்.

'வெளியே வா' என்று அதட்டல் குரல் கேட்டது.

குமார் ஊர்ந்து வெளியே வந்து நொடித்தான். கண்களை மிகவும் குறுக்கிக்கொண்டான். மெதுவாக அவர்களைப் பார்த்தான். சுல்தானும் மற்ற மூவரும் ரைஃபிள்களுடன் நின்றுகொண் டிருந்தார்கள்.

'ஹலோ கேப்டன்' என்றான். 'இந்த மாதிரி எலிப் பொறியில் என்னை அடைத்து வைப்பது நியாயமா? நீயும் ஒரு ஆபீசர் தானே!'

அவர்கள் அவன் சொன்னதைக் கேட்காமல் அவன் யூனிஃ பார்மைக் கழற்ற முற்பட்டார்கள். ஒருவன் குனிந்து அவன் பூட்ஸை உருவினான்.

'வாட்ஸ் ஆல் திஸ்? எதற்காகக் கழற்றுகிறீர்கள்?'

'உன்னைக் கேள்விகள் கேட்கப்போகிறோம்.'

'ஸில்லி. கேள்வி கேட்பதற்கு உடைகளைக் கழற்றவேண்டுமா என்ன?' என்று சிரித்தான்.

'சிரிக்காதே' என்று சுல்தான் தன் ரைஃபிளின் பின்பக்கத்தால் அவன் உடலில் குத்தினான். குமார் சுல்தானை நேராகப் பார்த்தான்.

'திஸ் இஸ் மீன் கேப்டன்! இதற்கு அவசியமும் இல்லை. நான் உங்களிடம் எவ்வளவு ஒத்துழைக்கிறேன். இப்படி என்னை நடத்துவது மிகவும் அவமானத்துக்குரியதாகும்.'

வெறும் உள்ளுடைகளுடன் உடம்பில் சூரியன் படாத அங்கங் களின் வெளுப்பு தெரிய, வெறும் கால்களுடன் குமார் நின்று கொண்டிருந்தான்.

குமாரினுள் இப்போது சற்றுப் பயம் ஏற்பட்டது. இவர்கள் ஏதோ குறிக்கோளாக வைத்துக்கொண்டு எனக்குத் தீங்கு விளைவிக்கப் போகிறார்கள். என்ன செய்யப் போகிறார்கள்? அடிப்பார்களா? ஒருவனால் எவ்வளவு சித்திரவதையைத் தாங்கிக்கொள்ள முடியும் என்பதைப் பற்றி எப்போதோ ஒரு கட்டுரை படித்த ஞாபகம் வருகிறதே!

ஓர் எல்லைக்குப் பின் மயக்கம் வந்துவிடுமா? என்னைத் தெளிய வைப்பார்களா? அப்புறம் என்னிடம் என்ன கேட்கப் போகிறார் கள்? கொல்ல மாட்டார்கள். கொல்ல மாட்டார்கள். கடவுளே, அவர்கள் என்னைக் கொல்வார்களா? மாட்டார்கள். என்னை எதற்காகக் கொல்லவேண்டும்? என்னிடம் தகவல் இருக்கிறது. அந்தத் தகவல்கள் தெரியும்வரை கொல்ல மாட்டார்கள். என்னைக் கொல்வதில் அர்த்தமில்லை. அது விரயம் என்று அந்தக் கிராதகர்களின் எலிமெண்டரி மூளைக்குக்கூடத் தெரிந் திருக்க வேண்டும்.

பதினாலு நாட்கள் ♦ 67

‘நட!’ என்றான் சுல்தான். வெறும் காலில் ஒரு பாதத்தினால், வேதனையுடன் மரத்துப்போன பாதத்தினால் நொண்டி அடித்துக் கொண்டே பரிதாபமாக நடந்தான் குமார்.

அவன் உடலில் மெலிதாக வியர்த்திருந்தது. நடப்பவனை அந்தச் சிப்பாய்கள் அனாவசியமாகக் குத்தினார்கள். அதனால் அவன் ஒரு தடவை விழுந்து எழுந்தான். குத்தினவனை முறைத்துப் பார்த்தான். அவன் மறுபடி ரைஃபிளை ஓங்க, சுல்தான் அவனைத் தடுத்து நிறுத்த, அவர்களின் அசிங்கமான வார்த்தைகள் சூழ குமார் நடந்தான். சற்று நேரம் நடந்தபின் குமாரின் கண்களை மறைத்து துணியால் இறுகக் கட்டினார்கள்.

சுல்தான் அவர்களுக்கு ஆணையிட்டு, தன் கூடாரத்துக்குக் குமாரை அழைத்துவரச் சொன்னான்.

சுல்தான் முன்னே சென்றதும் அவர்கள் மிகவும் ஆர்வத்துடன் குமாரைச் சிறிய சிறிய விதங்களில் துன்புறுத்த ஆரம்பித்தார்கள். அவனை நடக்க விடுவார்கள். தடுக்கி விடுவார்கள். மெலிதாக ரத்தத் துளி மட்டும் தெரிய பயோனெட்டால் தொடுவார்கள்.

அந்தக் கூடாரத்தில் அவன் தள்ளப்பட்டான். கண்களின் கட்டை அவிழ்த்தார்கள். குமாரின் கண்கள் மெலிதாகக் கலங்கி இருந்தன. அவன் கண்ணீர் பயத்தினால் இல்லை. இந்தச் செயலின் அநியாயத்தினால்.

‘கேப்டன், நீயே சொல். இது நியாயமா? என்னிடம் ஆயுதங்கள் கிடையாது. நான் தன்னிச்சையாக உங்களிடம் வந்தேன். நான் மறைந்து ஒளிந்து தப்பித்திருக்கலாம். அப்படிப்பட்ட என்னை இப்படியா நடத்துவது? டீஸென்சி என்கிற வார்த்தை உங்கள் புத்தகங்களில் கிடையாதா?’

சுல்தான் சிரித்தான். ‘உட்கார்’ என்றான்.

‘எனக்குப் பதில் சொல். உட்கார்கிறேன். என் உடம்பைப் பார். எதற்காக என்னை இப்படிக் குத்தவேண்டும்? எதற்காக?’

‘நீ எனக்குப் பதில் சொல்! எங்கிருந்து வந்தாய் நீ?’

‘அதைச் சொல்வதற்குமுன் நான் ஒரு ஆபீசர். எனக்கு உரிய மரியாதைகள் இல்லை, சலுகைகள் இல்லை. என்னை இந்த மாதிரி நடத்தியதற்கு மன்னிப்பு கேட்டுக்கொண்டு எனக்கு முதலில் உடுக்க சரியான உடை தா. அப்புறம் பேசுகிறேன்!’

'எங்கிருந்து வந்தாய் நீ? எந்த விமான தளம்?'

'நான் இந்தக் கேள்விக்குப் பதில் சொல்லுமுன்...'

சுல்தான் அவனை அடித்தான்.

'யூ ஷேம்லஸ் இடியட்!' என்றான் குமார்.

மறுபடியும் அடித்தான். குமாரின் கோபத்துக்குமேல் வலி பொங்க குமார் மௌனமானான்.

குமார் நிமிர்ந்தபோது, 'எங்கிருந்து வந்தாய் நீ?' என்று நிதான மாகக் கேட்டான் சுல்தான்.

'கமான்! கோ அஹெட்! அடி என்னை. என்னைக் கொன்றுவிடு.'

'பதில் சொல்!'

'பதில் எனக்கு டீஸெண்டான உடை கிடைத்தபின்!'

சுல்தானின் கோபம் உச்சமாகியது. 'ரியாஸ்!' என்றான். ரியாஸ், 'எஸ் கேப்டன்!' என்று பதில் அளித்தான்.

சுல்தான், ரியாஸிடம் சொல்ல, சில சிப்பாய்கள் சில மூங்கில் களையும் கயிறுகளையும் கொண்டுவந்து அவற்றைக் கூடாரத் துக்குப் பின்னே தலைகீழான 'ப' வடிவத்தில் அமைத்தார்கள். குமாரின் கைகளைச் சேர்த்துப் பிணைத்தார்கள். கால்களைத் தனியாகப் பிணைத்தார்கள்.

குமாரைத் தலைகீழாக அதில் தொங்கவிட்டுவிட்டு டீ சாப்பிடச் சென்றான் சுல்தான் மகமத்.

மஞ்சு புடைவை மாற்றிக்கொள்ள விரும்பினாள். என்ன புடைவை வேண்டியிருக்கிறது இந்தச் சமயத்தில். வெளியே விளையாடிக்கொண்டிருந்த ஹரியை கூப்பிட்டாள். ராஜாராம் வீட்டுக்குச் சென்றாள்.

'மிஸஸ் குமார், நீங்கள் கவலைப்படக்கூடாது. அவர் கீழே இறங்கிவிட்ட செய்தி முன்னணியில் இருக்கும் எல்லாத் துருப்பு களுக்கும் தெரிவிக்கப்பட்டு விட்டது. அவர் அகப்பட்டிருந்த ாலும் நிச்சயம் மீட்கப்படுவார். அவர் மிகத் தைரியமான ஆசாமி. அவர் விமானங்களை வீழ்த்தினார்.'

'டாங்குகளை அழித்தார்.'

'நீங்கள் கவலையே படக்கூடாது.'

அது என்ன பைத்தியக்கார ஜனங்கள்! 'விழுந்துவிட்டார், மாட்டிக்கொண்டார்' என்று செய்தி சொல்லிவிட்டு, 'கவலைப்படாதே!' என்று வரிக்கு வரி சொல்லும் ஜனங்கள்.

'நான் என்ன செய்யவேண்டும்? சிரித்து விளையாடவேண்டும் என்கிறீர்களா?'

அவர்கள் மௌனமானார்கள்.

'ராஜாராம், ஒன்றே ஒன்று மட்டும் உங்களைக் கேட்கிறேன்.'

'கேளுங்கள்.'

'அவருக்கு வேறு ஏதாவது தீவிரமாக ஆகி அதை என்னிடம் உடனே சொல்ல விருப்பமில்லாமல் கொஞ்சம் கொஞ்சமாக வெளியிட உத்தேசமா உங்களுக்கெல்லாம்?'

'சேச்சே!'

'ராஜாராம், அவர் உயிருடன்தானே இருக்கிறார்.'

'ஆம், நிச்சயம்!'

'இருக்கவேண்டும். இருக்கவேண்டும். இருக்கவேண்டும் பகவானே, இருக்கவேண்டும். இருக்கத்தான் வேண்டும். சீனிவாசா...'

மஞ்சு உடைந்து அழுதாள். ராஜாராம் என்ன செய்வது என்று தெரியாமல் கையைப் பிசைந்துகொண்டு, 'மிஸஸ் குமார்! மிஸஸ் குமார்! ப்ளீஸ்!' என்று கூற, ஹரி ஓடிவந்து, 'அம்மா, ஏன் அழறே?' என்றான். 'அப்பா நாளைக் காத்தாலை வந்துடுவார்' என்றான் மேலும்.

பத்மா நதியை ரகசியமாகக் கடப்பதற்குப் பாலம் அமைக்கச் சென்ற இந்திய முன்னணித் துருப்புகள் அதிகம் எதிர்ப்பைப் பெறவில்லை. அவர்கள் முன்னேறுகையில், ஒரு சிறிய கிராமத்தைக் கடந்தார்கள். அந்தக் கிராமத்தில் சில பாகிஸ்தானியர்கள் பொதிந்திருந்தார்கள். சில பங்கர்களும் தென்பட்டன.

அவர்களை மிகச் சுலபமாக முறியடித்து, நதியின் தெற்குக் கரைக்குப் பாதை விரித்துவிட்டார்கள்.

இன்ஜினியர்கள் சுறுசுறுப்பாகச் செயல்பட, அடர்த்தியான காட்டுப் பிரதேசங்கள் தேவைக்கு ஏற்ப வெட்டப்பட்டு, லாரி லாரியாக வந்து இறங்கிய சாதனங்களின் உதவியால் முதலில் ஆற்றை நீந்திக் கடந்து, ஒரு இரும்புக் கயிறு அமைத்து, பின்பு படகுகளால் கடந்து, மேலும் சிலர் அக்கரை சென்று, மெதுவாக, மெதுவாக சேர்த்துச் சேர்த்து அருகருகே படகுகளை நிறுத்தி அவற்றின்மேல் ஊத வைத்த நியூமாடிக் சாதனங்கள் அமைத்து அலுமினியக் குறுக்குக் கம்பிகள் கொண்டு எல்லோரும் தத்தம் பணிகளை ஓர் அருமையான இயந்திர பாணியில் செய்ய, மெல்ல மெல்லப் பாலம் உருவாகியது. எல்லோரும் இருள் போர்வைக் குள் காத்திருந்தார்கள்.

9

அந்த இரவு, நதியில் மௌனமாகச் சலசலத்தது. மூங்கில் மரங்களின் ஊடே மெல்லிய காற்றாக முணுமுணுத்தது. பயந்த பாகிஸ்தானியர்களின் தயக்கம் நிறைந்த பூட்ஸ் ஒலியாக, மஞ்சுவின் நெஞ்சு பயத்தினால் தூக்கமில்லாத கண்ணீர், தலையணையை நனைத்த கணங்களாகக் கரைந்தது.

மிகக் குறைந்த நேரத்தில் மிகத் திறமையாக இந்திய இன்ஜினியர்களால் அமைக்கப்பட்ட அந்தப் பாலம் துருப்புகளும் தளவாடங்களும் கடக்கையில் மெதுவாக அசைந்து ஆடியது. அதன் தாற்காலிக முதுகு மிதந்து மிதந்து அசைந்தது. பீரங்கிகள் அதன்மேல் உருண்டன. டிரக்குகள் மெதுவாக முதல் கியரில் ஊர்ந்தன. துருப்புகள் நடந்தன. கடந்தபின் அந்தக் கரையில் இந்தியர்கள் தாற்காலிகமாக ஒன்று சேர்ந்துகொண்டார்கள். பின்னிரவில் பொழுது பிரிவதற்குச் சற்றுமுன் அவர்கள் ஒரு மிக வேகமான தாக்குதலுக்குத் திட்டமிட்டிருந்தார்கள்.

கம்பெனி கமாண்டர்களுக்கு 'எச்சரிக்கை ஆணைகள்' வந்து விட்டன. இவை முதல் ஆணைகள். இவை பட்டாலியனிலிருந்து பிறப்பவை. இந்த முதல் ஆணைகளின் தேவையான பகுதிகளை மட்டும் கம்பெனியின் தலைவர் தனக்குக் கீழ்ப்பட்டவர்களுக்கு அறிவித்தார். ஆர் குரூப் என்று

சொல்லப்படும் ரிகானஸன்ஸ் குழுவை முதலில் தயாராக இருக்க ஆணை பிறப்பித்தார். அவர்கள் செயல்படுவது சிறிய சிறிய ஆதர்சங்களாக ஆரம்பம். ஆரம்பித்த பின்தான் அங்கிருந்து ஒன்றரை மைலில் இருக்கும் கிராமத்தைப் பிடிப்பது. அதுதான் உடனே கவனிக்கவேண்டிய நோக்கம். அதன்பின் இங்கிருந்து கிழக்காகச் சென்று தார்ச் சாலையைப் பற்றுவது. இப்படி அவர்களுக்குப் பகுதி பகுதியாக ஆணைகள் கொடுக்கப்பட்டிருந்தன.

பட்டாலியனிலிருந்து தாக்குதலுக்கு ஆணைகள் வந்துவிட்டன. ரிகானஸன்ஸ் ஆசாமிகள் முன்சென்று தேவை இருந்தால் எந்த இடத்திலிருந்து வெகுவாகத் தாக்கலாம், எந்த வழியே செல்ல வேண்டும், பீரங்கிகளையும் மார்ட்டர்களையும் தாற்காலிகமாக அமைத்துக்கொள்ள இடங்கள் எங்கே உள்ளன போன்ற தகவல்களைச் சேகரித்தார்கள்.

சூரியன் உதிக்க ஆரம்ப உத்தேசங்கள் காண்பிக்க இந்தியத் துருப்புகள் ஒரு மெஷின்போல- கூர்மையான நோக்கங்களுடன், திடமான நம்பிக்கையுடன் முன்னே நகர்ந்தார்கள்.

ஸிராஜ் இரவு முழுவதும் நதியோரமாகவே மூங்கில் காடுகளின் ஊடே ஒளிந்து மறைந்து ஊர்ந்து சென்றவன் விடிகையில் இந்தியர்கள் அமைத்த அந்தப் பாதையையும் அதன் அருகில் சுறுசுறுப்பான இந்தியத் தளவாடப் போக்குவரத்தையும் கவனித் தான். அவனுள் இன்பம் பிரவாகமெடுத்தது. உடனே அவர்களை நோக்கி ஓடினான்.

திடீரென்று தன்னருகே காலடிகளின் சலசலப்பு கேட்க, ஓர் இந்திய ஜவான் தன் ரைஃபிளை உயர்த்திக் குறி பார்க்க, ஸிராஜ், 'முக்தி பாஹினி! சுடாதே!' என்று கத்தியவாறு கைகளை உயரத் தூக்கிக்கொண்டே அணுகினான்.

ஸிராஜை இரண்டு இந்திய ஜவான்கள் கம்பெனி கமாண்டரிடம் அழைத்துச் சென்றார்கள். அந்த சர்தார்ஜியை ஸிராஜ் கட்டிப் பிடித்து முத்தம் கொடுத்துக் கால்களை அணைத்து...

'என்ன ஆயிற்று உனக்கு?'

'நீங்கள் வந்துவிட்டீர்கள். வந்துவிட்டீர்கள்! இனி கான் சிப்பாய் களின் மரணம்தான்! அல்லா நீங்கள் வந்துவிட்டீர்கள்!'

பதினாலு நாட்கள் ♦ 73

'உன் பெயர் என்ன?'

'ஸிராஜ், பத்மா நதி பெரிய பாலத்துக்கருகில் எத்தனையோ கான் சிப்பாய்கள் இருக்கிறார்கள். எத்தனையோ பீரங்கிகள் இருக்கின்றன. சர்தார்ஜி! நீங்கள் கவலைப்படாதீர்கள். இந்தப் பிரதேசம் எனக்கு அத்துப்படி. என் கைரேகைகளைப் போல் அவ்வளவு நுட்பமாகத் தெரியும். நான் உங்களை அழைத்துச் செல்கிறேன். இந்தப் பக்கம் இன்னும் கிழக்கே போனால்தான் கண்ணி வெடிகள் இருக்கின்றன. நேராக வடக்கே சென்றால் ஒரு மண் ரோடு இருக்கிறது. அதைப் பிடித்து அதைச் செப்பனிட்டால் நேராக அதில் பத்மாவின் பெரிய பாலத்தின் தலைப் பகுதிக்குப் போய்விடலாம். நான் சொல்கிறேன்!'

'ஸிராஜ்! எங்களுக்கு அதெல்லாம் தெரியும்...'

'சர்தார்ஜி! சுல்தான் சாஹப்! என்னை உங்களுடன் வர அனுமதியுங்கள். உங்கள் படைகளுடன் நான் சேர்ந்துகொள்கிறேன்.'

'ஸிராஜ்! இந்தப் பக்கம் ஒரு விமானி, ஒரு பைலட் விழுந்திருக்கிறார்.'

ஸிராஜ் உற்சாகத்துடன், 'தெரியும். குமார் சாஹப்!' என்றான்.

'பெயர்கூடத் தெரியுமா? அவரைச் சந்தித்தாயா?'

'ஆம், சுல்தான் சாஹப்! குமார்! அவர் திறமையாக வானில் சண்டையிட்டார். அடிபட்டு விழுந்தார். நானும் காஸி முத்தீனும்தான் அவரைக் காப்பாற்றினோம். ஆனால்..'

'ஆனால்?'

'கான் சிப்பாய்களிடம் அனாவசியத்துக்கு அகப்பட்டுக்கொண்டு விட்டார்.'

ஸிராஜ் விவரங்களைச் சொன்னான்.

'அவரைக் கொண்டு சென்றுவிட்டார்கள். ஆனால் அவரைப் பாலத்தருகேதான் வைத்திருப்பார்கள். நாம் போய் அவரை விடுவித்து விடலாம்! நீங்கள் வந்துவிட்டீர்கள். இந்த நாட்டுக்கு இனிக் கவலைகள் ஒழிந்துவிட்டன. கப்தான்! நானும் போரிடு

கிறேன். எனக்கு ரைஃபிள் பழக்கம் இருக்கிறது. கிரனேடு கொடுங்கள், நான் கிரனேடுடன் ஓடிப்போய் வெடிக்கிறேன்...'

'இரு ஸிராஜ், என்னுடன் வா. எங்களுக்கு உன் உதவி தேவை.'

'ஒரு தடவை நவக்கிரக சாந்தி செய்துவிடு. எல்லாம் சரியாய்ப் போய்விடும். அப்புறம் சீனிவாசருக்கு ஒரு தடவை திருப் பதிக்குப் போய்விட்டு வருவதாக வேண்டிக்கொள். இதோ பார், அனாவசியத்துக்கு நீ கவலைப்படவேண்டியதில்லை. உனக்கு ஒன்றும் ஏற்படாது. உன் புருஷனுக்கு ஒன்றும் ஏற்படாது. ஆமாம், அவன் எந்தப் பக்கம் விழுந்தானாம்? கிழக்கிலா, மேற்கிலா? இந்தப் பிள்ளையைப் பாரு, அப்படியே அப்பாவை உரித்துவைத்திருக்கிறது. ஏண்டா ஹரி, உங்க அப்பன் எங்கேடா? சண்டைக்குப் போயிருக்கிறானா?'

'மாமி, நீங்க போய் சாப்பிட்டுவிட்டு வர்ரீங்களா? எனக்கு நிறைய வேலை இருக்கு. கை ஓடலை, கால் ஓடலை.'

'உங்க அம்மா எப்போ வராள்?'

'தெரியலையே!'

'டிக்கெட் கிடைத்திருக்குமா? சண்டைக் காலத்திலே ரெயிலே ஓடுகிறதோ, இல்லையோ! உங்க அம்மாவுக்கு டில்லி குளிர் தாங்காதே. போன தடவை வந்தபோது கால் எல்லாம் வீங்கி...'

'போய்த் தொலையேன். வீட்டுக்குப் போய்த் தொலையேன்' என்று மனத்துக்குள் மஞ்சு உரக்கக் கத்தினாள்.

வாசலில் கார் கதவு சாத்தப்படும் சப்தம் கேட்டது. எட்டிப் பார்த் தாள். அவள் மாமா!

'எல்லாரும் துக்கம் விசாரிக்க வருவது போல வருகிறார்கள். எனக்கு என்ன ஆகிவிட்டது! என் கணவர் ஒன்றும் செத்துப்போய் விடவில்லையே! அவர் கீழே விழுந்திருக்கிறார். கைதாகி இருக்கிறார். இன்னும் சில நாட்களில் விடுதலை ஆகிவிடுவார். என்னை தைரியமாக இருக்க இவர்கள் விட மாட்டார்களே!'

'நான் வரேன் மஞ்சு. நான் சொன்னபடி செய்.'

பதினாலு நாட்கள் ♦ 75

‘என்ன மஞ்சு, ஏதாவது தெரிந்ததா? என் க்ளாஸ்மேட் ஒருத்தன் டிஃபென்ஸ் மினிஸ்ட்ரியிலே கோ ஆர்டினேஷன் செக்ஷனில் இருக்கான். அவனை வேணாக் கேட்டுப் பார்க்கலாமா?’

‘மாமா, அதெல்லாம் ஒன்றும் வேண்டாம். ஏர்ஃபோர்ஸ்காரர்கள் ரொம்ப நல்லவர்கள். அவர்கள் சரியாக, கரெக்டாக உண்மையைச் சொல்லியிருக்கிறார்கள். அவர்களுக்குத் தகவல் தெரிந்தால் எதையும் என்னிடம் மறைத்துவைக்க மாட்டார்கள். நிச்சயம் சொல்வார்கள்.’

‘எஜக்ட் பண்ணிட்டானாமா?’

‘ஆம்.’

‘பண்ணி, அப்படியே காட்டில் விழுந்திருக்கிறான்.’

‘ஆம்!’

‘கில்லாடி வேலை! அவ்வளவு தூரம் குதிச்சவன் தப்பிக்காமலா இருப்பான்? அப்படி மாட்டிக்கொண்டால்கூட அவர்கள் ஒன்றும் பண்ண மாட்டார்கள்.’

குமாருக்கு தலைகீழாகத் தொங்கிப் பழக்கமில்லை. ‘ஓய் கேப்டன், இதுதான் ஓர் ஆபீசருக்குக் கொடுக்கும் மரியாதையா?’ மேலே பேசுவது அவனுக்குக் கஷ்டமாக இருந்தது. மூக்கை அடைத்து, மூளையில் அதிக ரத்தம் பிரவாகித்தது. விமானத்தில் லூப்-தி-லூப் என்கிற பயிற்சியில் சற்று நேரம் தலைகீழாகவே பறக்கவேண்டியிருக்கும். ஆனால் அதெல்லாம் சில நிமிஷங்களுக்கு. இப்படி மணிக்கணக்கில் தொங்கவேண்டும் என்றால்? வாட் கைண்ட் ஆஃப் க்ரேஸி பீப்பிள்!

‘தொங்கு! இரவு பூரா தொங்கு!’ என்றான் சுல்தான் மகமத்.

‘ஹேய் கேப்டன்! நான் சொல்வதைக் கேள். என்னை நீ இங்கே கொண்டுவரும்போது என்ன கேட்டாய்? நீ என்னுடன் கைச் சண்டைக்கு வருகிறாயா என்று! நான் கைச்சண்டைக்கு வருகிறேன். கமான்.. லெட்ஸ் ஃபைட் இட் அவுட் மேன் டு மேன்!’

குமார் சண்டை செய்யும் தயாரில் இல்லை. ஆனால் அந்தத் தொங்கலிலிருந்து தப்பிக்க இதுதான் வழி... இதைவிட அதுவே தேவலை.

சுல்தான் சிரித்தான். 'நாளை. அது நாளை... இன்று இப்படியே இரு' என்றான்.

'என்ன அக்கிரமம்! ஜெனிவா கன்வென்ஷன்படி நீ எனக்கு என்னவெல்லாம் தரவேண்டும் தெரியுமா? ஒரு சட்டை, ஜோடி ஸ்லிப்பர்.'

'அதெல்லாம் உனக்குத் தேவையில்லை.'

'கேப்டன்! நீ ஒரு ஸேடிஸ்ட். நீ இதையெல்லாம் செய்துவிட்டுத் தப்பித்துவிடுவாய் என்று நினைக்கிறாயா?'

'உன்னை உன் சகோதரர்கள் வந்து காப்பாற்றட்டும். கம் ரியாஸ்!'

ரியாஸ் போகும்போது குமாரை ஒரு குத்து குத்தி விட்டுப் போனான்.

குமார் சற்று நேரத்தில் மயக்கமுற்றான்.

இருபது நிமிஷம் கழித்து அந்தப் பக்கம் சென்ற ஆஸிஃப் அந்த கோரக் காட்சியைப் பார்த்தான்.

'யூ ஸ்டுப்பிட் இடியட்ஸ்! என்ன செய்வதாக எண்ணம்? இவன் யார்? முக்தி பாஹினியா?'

'இந்திய பைலட் சார்! இவன்தான் கொன்றவன்...'

'யாரை?'

'நம் விமானியை!'

'வெட்கமாக இல்லை? விடுவி இவனை! யார் இப்படித் தொங்க விட்டார்கள்?'

'கேப்டன் சுல்தான் மகமத்தான் ஆணையிட்டார்.'

'அவன் ஒரு முட்டாள். விடுவி. இவன் ஒரு ஆபீசர். இவன் போரிட்டிருக்கிறான். நீங்கள் எல்லாம் மனிதத் தன்மையை முழுவதும் இழந்துவிட்டீர்கள். விடுவி இவனை. எங்கே அந்த சுல்தான்? சுல்தான் சாஹபைக் கூப்பிடு!'

குமார் விடுவிக்கப்பட்டான். அவன் தலை தொங்கியது. உடலில் அங்கங்கே காயங்கள் தெரிந்தன.

சுல்தான் வந்து, 'யார் இவனை விடுவிக்கச் சொன்னார்கள்?' என்று இரைந்தான்.

'சுல்தான், உனக்கு வெட்கமில்லை?'

'ஏன் ஆஸிப்? நான் எனக்குக் கொடுக்கப்பட்ட உத்தரவைச் செய்கிறேன். இந்தப் பைலட்டிடம் நான் நிறைய விஷயங்கள் கிரகிக்கவேண்டும். இவன் பேர் பற்றிய விவரங்கள், விமானங் கள் பற்றிய விவரங்கள்.'

'அதற்கு இதுதான் முறையா? இப்படித் தலைகீழாகத் தொங்க விட்டு, போகிறவன் வருகிறவனை எல்லாம் குத்தவிட்டு... சுல்தான், யூ ஹாவ் பிகம் டு மேட்!'

'ஆஸிப், இவன் ஒரு இந்தியன். ஒரு பாகிஸ்தானிய பைலட்டைக் கொன்றவன். கிராமங்களில் குண்டு வீசியவன். இவர்கள் நம் தேசத்தை இரண்டாக வெட்ட நினைக்கிறார்கள். ஒவ்வொரு இந்தியனையும் வெட்டவேண்டாமா?'

'சுல்தான்! நீ ஒரு விஷயத்தை யோசித்துப் பார்த்தாயா? நாம் இங்கே போராடுவது ஒரு லூஸிங் பேட்டில். எப்போதாவது ஒரு வேளை... நாம் அவர்களிடம் அகப்படத்தான் போகிறோம். அவர்கள் உன்னை இப்படித்தான் துன்புறுத்தித் தலைகீழாகத் தொங்கவிட விரும்புவார்களா? நீ இந்த மாதிரி ஒரு இந்தியனை தண்டித்தது அவர்களுக்குத் தெரிந்து அவர்களிடம் நீ அகப் பட்டால் என்ன ஆகும் என்று யோசித்துப் பார்த்தாயா?'

'நான் ஒருக்காலும் அகப்பட மாட்டேன். அகப்பட்டாலும்...'

'அகப்பட்டாலும்?'

'மற!' என்றான். சற்றுத் தயக்கத்துக்குப் பிறகு சுல்தான், 'அகப்பட்டாலும்... இந்த இந்தியன் உயிருடன் இருந்தால்தானே அவர்களிடம் புகார் சொல்வான்?' என்று சொல்ல நினைத்தான்.

ஜெனரல் அரோராவின் க்ளாஸிக் என்று சொல்ல லாம் அந்தத் திட்டத்தை.

பத்மாவின் இருமருங்கிலும் இந்தியத் துருப்புகள் ஒருவருக்கு ஒருவர் ரேடியோ தொடர்புடன் திறமை யாக முன்னேறினர். பத்மா நதி பெரும்பாலும் கிழக்கு மேற்காகச் செல்ல, அதன் வடக்குக் கரையில் எதிர்ப்பு இல்லாததால் மிகத் தீவிரமாக முன்னேறினார்கள். தெற்குக் கரையில் சென்றவர் கள் அதிக எதிர்ப்பை எதிர்பார்த்ததால் சற்றுத் தயக்க மாகத்தான் சென்றார்கள். அவர்கள் ஜெஸ்ஸூர் நகரில் நுழைந்து கண்டோன்மெண்ட் பாசறையை தகர்த்தெடுக்கும் பெரும்பான்மையான இந்தியத் துருப்புகளிடமிருந்து வேறுபட்டவர்கள். அவர்கள் நகரைப் புறக்கணித்துச் சுற்றிவந்தவர்கள். பத்மா நதியின் பாலத்தருகே காத்திருந்த பாகிஸ்தானி யர்கள் அவர்களை எதிர்பார்த்திருக்க முடியாது. அவர்களைப் பொருத்தவரையிலும் இந்தியர்கள் நகருக்குள்தான் சண்டையிட்டுக் கொண்டிருக் கிறார்கள்.

எனவே பகல் 10.15-க்கு பாலக்கரை பாகிஸ்தானி யர்கள் தூரத்தில் இந்தியத் துருப்புகளின் ஷெல் களைக் கேட்டபோது சற்று அதிர்ந்துவிட்டார்கள். உங்கள் காதருகில் திடுதிப்பென்று ஒரு புறா

பறக்கும் சப்தம் கேட்பது போலத்தான் இருக்கும். எதிர்வரும் ஷெல் - எரிகுண்டின் சப்தம். இந்தச் சப்தத்தைக் கேட்டுவிட்டால் நீர் தப்பித்தீர். ஏனென்றால் ஷெல் உங்களைக் கடந்து விட்டது என்று அர்த்தம். கேட்கவில்லை என்றால்தான் ஆபத்து.

அந்தச் பாகிஸ்தானியச் சிப்பாய் அந்த சப்தத்தைக் கேட்க வில்லை. அவன் பெட்ரலில் இருந்த இடத்தின் மிக அருகே அந்த முதல் ஷெல் வெடித்தது. ரத்தம் கலந்த அவன் சாக்ஸும் ஒரு நசுங்கிய ஹெல்மெட்டும்தான் மிச்சமிருந்தன.

தாக்குதல் தொடங்கிவிட்டது. மற்றொரு ஷெல். மற்றொரு ஷெல். மற்றொரு ஷெல். அருகே அருகே அருகே வெடித்தது. தூசிப் படலங்கள் கோபமாகச் சிதறித் திரையிட்டன. தயங்கி அடங்கின.

பதிலுக்கு பாகிஸ்தானிய பீரங்கிகள் உடனே முழங்க ஆரம் பித்தன. அவசர அவசரமாக அவர்கள் குழிகளில் பதுங்கிக் கொண் டார்கள். பச்சைத் துணி மறைத்திருந்த சாதனங்களைத் திறந் தார்கள். குறி பார்த்தார்கள்.

பாண்டியன்! மதராஸ் ரெஜிமெண்டைச் சேர்ந்த பாண்டியன் ஒரு சாதாரண ஜவான். அந்தத் தென்கரைத் தாக்குதலின் மிகவும் முன்னணியில் இருந்து இன்ஃபண்டரி செக்ஷனில் முதல் நாள் ஸ்கவுட்களாக அனுப்பப்பட்ட இருவரில் இரண்டாமவன். முதலில் சென்றவன் பெயர் கிருஷ்ணமூர்த்தி. இருவரும் முதல் நாள் இரவு முழுவதும் பங்க்கரில் உறங்கிவிட்டுக் காலை துடிப்பாக முன்னேறிய பலரில் இருவர். இந்த இருவரை எடுத்துக் கொள்வோம்- குறிப்பாக, பாண்டியனை.

முன்னே கிருஷ்ணமூர்த்தி செல்ல மறைவிலிருந்து மறைவுக்கு பதுங்கியும் பாய்ந்தும் மிகத் திறமையாக முன்சென்று கொண் டிருந்தான் பாண்டியன். அவர்கள் இலக்கு சற்றுத் தூரத்தில் பொதிந்திருக்கும் பாகிஸ்தானிய மறைவிடம். அங்கே சலசலப் பைக் கவனித்திருக்கிறார்கள்.

பாண்டியனுக்கு மிக அருகில் ஷெல் வெடிக்கப் போவதை அவன் உள்ளுணர்வில் அல்லது ஓர் அவசர இதயத் துடிப்பில் (கடவுளா?) எப்படியோ உணர்ந்த பாண்டியன் தனக்கு மாதக் கணக்கில் அளிக்கப்பட்ட பயிற்சியினால் உடனே பூமியில் தன் வயிற்றில் விழுந்தான். தலையைக் குனிவதற்குள் ஷெல் வெடித்

தைப் பார்த்துவிட்டதனால் அவன் கண்கள் தாற்காலிகமாகக் குருடாகி, சற்று நேரத்தில் மறுபடி பழக்கத்துக்கு வந்தன. காதில் க்றீச்சென்று ஒலி பாக்கி இருந்தது. மெதுவாகத் தன் உடம்பை நகர்த்திக்கொண்டான். அவன் விழுந்திருந்த இடம் பத்து கஜ அகலம் இருக்கும். சற்றுச் சரிவான இடம்.

பாண்டியன் மெதுவாகத் தன் கையை நகர்த்தினான். அவன் கை பட்ட இடம் மென்மையாக, சூடாக இருந்தது. ஈரமாக இருந்தது. கையைப் பார்த்தான். ரத்தம் தெரிந்தது.

பாண்டியன் சற்று நிமிர்ந்தான். மௌனமாக அலறினான். அவன் பார்த்தது, அவன் தொட்டது அவன் முன்சென்ற கிருஷ்ணமூர்த்தி யின் ரத்த மிச்சம். அடையாளம் தெரியாத செஞ்சிதறல். பாண்டியன் உடல் முழுவதும் உடனே வியர்வை அம்மை யிட்டது. காலையில் சாப்பிட்டது தொண்டைக்கு வந்தது.

பயமா? வீரமா?

சாவின் தீட்டுப்பட்ட கோபம் தமிழில் சில தேர்ந்த, பிரசுரிக்க முடியாத வசவு வார்த்தைகளாக வெடிக்க பாண்டியன் உடனே எழுந்தான். அவனுடைய பயோனெட் பொருத்திய கார்பைன், குண்டுகளாக சிதறிச் சிதறி உதிர்க்க, பழக்கம் சொல்லித் தந்த நெளிந்த ஓட்டத்தில் மிக வேகமாக, குத்துமதிப்பாக அந்த இடத்தை நோக்கி ஓடினான். அந்த இடமாகத்தான் இருக்க வேண்டும்.

எதிரியின் 'நரிக்குழி' தெரிந்தது. பாண்டியன் அந்தக் கடைசி அடிகளைக் குரங்குபோல் வைத்து, அந்தக் குழிக்குள் தாவினான். அவன் துப்பாக்கிக் கத்தி அவன்முன் பாய்ந்தது. பாய்ந்து மென்மையான எதிலோ செருகியது. அங்கிருந்தவர்களின் கைகளும், கால்களும் வானத்தில் சிதறின. மூன்று உயிருள்ள பாகிஸ்தானியர்களும், ஒரு இறந்த பாகிஸ்தானியனும் அந்தக் குழிக்குள் இருந்து, எக்கச்சக்கத்திலிருந்து தம்மை விடுவித்துக் கொள்ள முயற்சிக்க, பாண்டியன் தன் பயோனெட் கத்தியைப் பிடுங்கி விடுவித்துக்கொண்டு, துப்பாக்கியை வீசி ட்ரிக்கரை அழுத்தி குண்டுகளை உதிர்த்தான்.

ஒரு தீனக்குரல் கேட்டது. ஒருவன் குழியிலிருந்து விடுபட்டு காற்றுபோல் ஓடினான். பாண்டியனின் மேல் யாரோ விழுந்து அவன் தலையை மிதித்தார்கள்.

அவன் ஹெல்மெட் விழுந்துவிட மண்டையில் வெட்டுப் பட்டது. பாண்டியனின் தலை மேலிருந்த அந்தக் கனம் திடீரென்று எடுக்கப்பட்டது. மற்றொருவன் வெளியே ஓடிக் கொண்டிருந்தான். பாண்டியன் சுதாரித்துக்கொண்டு சுட்டான். அவன் தூரத்தில் தடுமாறி விழுந்தான்.

பாண்டியன் எதிரியின் அந்த மறைவிடத்தை ஒண்டியாக, சுத்தமாகத் துடைத்துவிட்டான்.

களைத்து எழுந்தபோது அவன் நெற்றியில் ரத்தம் வழிந்தது. அதைத் துடைத்துக்கொண்டு பாண்டியன் சிரித்தான். பின்னா லுள்ள தன் சகாக்களுக்கு, முன்னேறும்படிச் சைகை செய்தான்.

பாண்டியன் அதன்பின் சரியாகப் பதினெட்டு நிமிடம் உயிருடன் இருந்தான். மேலும் முன்னேறுகையில் ஷெல் பட்டு மாண்டான்.

நாம் முன்சொன்னபடி பாண்டியன் ஒரு சாதாரண ஜவான். அவ னுக்குக் கல்யாணம் ஆகவில்லை. வேலூர் அருகே கீழ்மின்னல் என்ற கிராமத்தைச் சேர்ந்தவன். பாண்டியனுக்கு, தமிழில் சிறிய சிறிய பாடல்கள் எழுத வரும். சென்ற மாதம் பெங்களூரிலிருந்து முன்னணிக்கு அவர்கள் ரெஜிமெண்ட் மாற்றப்பட்டபோது சென்னையில் கிடைத்த சில மணி நேரங்களில் கண்ணதாசனைச் சந்திக்க முயன்றான். முடியவில்லை.

'இது போர்! பாண்டியனைப் போல தைரியமாகச் செயல்கள் செய்தவர் எத்தனையோ பேர். அவர்களுக்கெல்லாம் பரணி பாடிக்கொண்டிருக்க நேரமில்லாத வீரச் செயல்கள். இதை வீரம் என்று ஒப்புக்கொள்ள மாட்டீர்கள் என்றால்...'

தலைகீழான நிலையிலிருந்து மீட்கப்பட்ட ஸ்க்வாட்ரன் லீடர் குமாரை மறுபடி அந்தச் சிறிய இடத்தில் அடைத்தார்கள். முதல் இரவு அவனுக்கு உண்பதற்கு எதுவும் தரப்படவில்லை. தந்திருந் தாலும் அவனால் உண்டிருக்க முடியாது. களைப்பால், அந்த மூர்க்கத்தனமான கொடுமையால் அவன் உடம்பில் ஏற்பட்ட அபார வலி அவனைப் பெரும்பாலும் பாதி மயக்க நிலை யிலேயே வைத்திருந்தது. மிக்க விகாரமான கனவுகள் கண்டு விழித்து மறுபடி கண் மூடினான். ஒரு தடவை 'நாம்தான் இறந்து போய்விட்டோமே' என்று நினைத்தான். இறந்து போய் விட்டால் இப்படி இறந்து போய்விட்டோம் என்று நினைத்துப்

பார்க்க முடியுமா? இப்படி உடம்பு வலி அடித்தளத்தில் இருந்து கொண்டே இருக்குமா என்று யோசித்துப் புரண்டு படுத்தான். அந்த காபினின் தரையில் இருந்த ரிவெட்டுகள் அவன் முதுகைக் குத்தின.

மறுதினம் காலை அவனுக்கு ஒரு மண் பாத்திரத்தில் டீ அளிக்கப்பட்டது. அவன் முன் இரு சப்பாத்திகள் எறியப்பட்டன. எறிந்தவனைப் பார்த்து, 'என் உடைகள் எங்கே?' என்றான். அவன் மிகவும் களைத்திருந்தாலும் சுரணையில் இருந்தான். 'உன் ஆபீசரைக் கூப்பிடு' என்றான். சப்பாத்தியை எறிந்தவன் அவனுக்கு முன் செய்த செய்கையை நாகரிகமான செயல் என்று சொல்ல முடியாது. அந்த டீயையும் சப்பாத்தியையும் குமார் தொடவில்லை. அவன் மூடிவிட்டுச் சென்றான். மறுதடவை அந்தக் கதவுகள் திறக்கப்படும் சப்தம் கேட்டபோது குமார் அலங்கோலமாகக் கிடந்தான். திறந்தவன், தின்னப்படாத சப்பாத்தியையும், அவன் கிடந்த விதத்தையும் பார்த்து தன் ஆபீசருக்கு அவன் இறந்துவிட்டான் என்று ரிப்போர்ட் செய்தான்.

அதற்குள் சுல்தான் மகமத் வந்து, 'நான் பார்த்துக்கொள்கிறேன்' என்று சொல்லி, குமாரை அணுகி அவன் மார்பில் கை வைத்துப் பார்த்தான்.

'உயிருடன்தான் இருக்கிறான்' என்றான்.

'என் வீரமுள்ள நண்பனா?' என்றான் குமார்.

'உனக்கு காலை உணவு அளிக்கப்பட்டதா?' என்றான் சுல்தான்.

'எனக்கு முதலில் உடை வேண்டும். அதைக் கொடுத்துவிட்டு மேலே பேசு!'

'கொடுத்ததை வாங்கிக்கொள்.'

'அதைத்தானே செய்துகொண்டிருக்கிறேன். நீங்கள் கொடுத்த ஒவ்வொன்றையும் என் நினைவில் நிலைத்திருக்குமாறுதானே கொடுத்திருக்கிறீர்கள். என் உடம்பு பூரா பயோனெட்டினால் குத்தி இருக்கிறீர்களே! என்னைத் தலைகீழாகத் தொங்கவிட்டு வேடிக்கை பார்த்தாயே, அதையெல்லாம் மறந்துவிடுவேனா?'

'இன்று உன்னை இந்த இடத்திலிருந்து மாற்றிவிடப் போகிறோம். டீ ஆறிப்போகும். சாப்பிடு.'

'நீ எனக்கு என் உடைகளை திரும்பத் தந்து என் ராங்குக்கு உரிய சலுகைகளுடன் என்னை நடத்தினால்தான் நான் உணவைத் தொடுவேன்!'

'உண்ணாவிரதமா? காந்தியா? கிட!' என்று மறுபடி பூட்டி விட்டுக் கிளம்பினான். அப்போதுதான் அந்த பீரங்கிகளின் முழக்கத்தைக் கேட்டான் சுல்தான் மகமத். அவன் உடனே குமாரை மறந்துவிட்டு தன் யூனிட்டுக்கு ஓடினான்.

பத்மாவின் மேலக்கரையில் வடக்குப் புறத்தில் இந்தியர்கள் தென்கரையை விட மிக வேகமாக முன்னேறினார்கள்.

ஸிராஜ் இந்தியர்களுடன் சேர்ந்துகொண்டுவிட்டான். முன்னே சென்ற ஸ்கவுட்டுகளுடன் அவனும் சேர்ந்துகொண்டான். ஸிராஜ் இந்தப் பகுதியைப் பற்றி மிகவும் நுணுக்கமாகத் தெரிந்து வைத்திருந்தான். எந்த இடத்தில் பாகிஸ்தானிய பீரங்கிக் குழிகள் இருக்கின்றன, எந்த இடத்தில் கண்ணி வெடிகள், ராக்கெட் செலுத்தும் சாதனங்கள் உள்ளன என்றெல்லாம் அவன் குறித்து வைத்திருந்தான்.

குமாரைப் பற்றியே ஸிராஜ் பேசிக்கொண்டிருந்தான். 'எப்படிப் பட்ட ஆபீசர்! சுலபமாகத் தப்பித்திருக்கலாம். காஸிமுத்தீனை அடிக்கிறான் என்று அவனுக்காகத்தான் விட்டுக் கொடுத்தார். சர்தார்ஜி! குமார் சாஹபை எப்படியாவது நான் விடுவிக்க வேண்டும். விடுவித்தபின்தான் எனக்கு நிம்மதி. அப்புறம் நான் செத்தாலும் பரவாயில்லை.'

10.15-க்கு 'எச் ஹவர்' என்று வைத்திருந்தார்கள். அந்தச் சமயத்தில்தான் அவர்கள் இரு மருங்கிலும் சேர்ந்து தாக்கத் திட்டமிட்டிருந்தார்கள். வடக்குக் கரைப் பகுதியினர் இரண்டு மணி நேரம் முன்னதாகவே பத்மா நதிப் பாலத்தின் முகப்புக்கு மிக அருகில் வந்து சேர்ந்துவிட்டார்கள். அவர்கள் சப்தம் இல்லாமல் காத்திருந்தார்கள். சற்றுமுன் தாக்கிவிட்டால் திட்டம் வீணாகி விடும். எனவே எல்லோரும் இலைமறைவில் காத்திருந்தார்கள். சரியாக 10.15க்கு துடிப்புடன் மார்ட்டர்கள் வெடித்தன.

பாலத்தின் மேல்முகப்பில் இருந்த பாகிஸ்தான் சென்டரி முதல் பலி ஆயிற்று. தூள்தூளாக உள்ளே இருந்தவனுடன் சேர்ந்து வெடித்தது.

ஸிராஜ் சொன்ன மிகச் சிறந்த மறைவிடங்களின் சற்று உயரத்தில் இருந்து பாலத்தின் மேல் முகப்பை முழுவதும் கண்காணிக்க முடிந்தது. செக்ஷன் கமாண்டர்கள் யாவரும் ஒத்துழைக்க, அந்த முகப்பிலிருந்து யாவரும், எதுவும் தப்பிக்க முடியாதபடி கண்ணில் பட்டதை எல்லாம் தூள் தூளாகத் தகர்த்தெறிந்தார்கள்.

சுல்தான் மகமத் புழுதிப் படலத்தின் ஊடே, வெடிகளின் ஊடே தன் சிப்பாய்கள் ஓர் ஒழுங்கு இல்லாமல் ஓடுவதைப் பார்த்தான். இரண்டு பக்கங்களிலும் மருண்டு ஓடிக்கொண்டிருந்தார்கள். ஆணைகள் கொடுக்க அவன் மிகவும் உரக்கக் கத்த வேண்டியிருந்தது. எத்தனை முட்டாள்கள்! ஏன் இப்படி ஓடுகிறார்கள்? ஒழுங்கு என்பது எங்கே? சுல்தான், கமாண்டரின் கூடாரத்துக்கு ஓடினான். அவர் ஃபீல்ட் டெலிபோனில் கத்திக் கொண்டிருந்தார். ஆபீசர்கள் பலர் அவர் முகத்தையே பார்த்துக் கொண்டிருக்க, அங்கிருந்த மற்றொரு கேப்டனைக் கேட்டான்.

'இருபுறமும் சூழ்ந்துகொண்டிருக்கிறார்கள். மிக வேகமாக அணுகிக்கொண்டிருக்கிறார்கள். நம்மைவிட எண்ணிக்கை அதிகம். முதலில் பாலத்தைக் கடந்துவிட்டு அதை வெடி வைக்கத் தான் நினைத்தோம். இந்தப் பக்கத்திலும் எதிர்பாராத விதமாக இருக்கிறார்கள். அனாவசிய உயிர்ச் சேதங்கள் ஏற்படும்.'

'அப்படி என்றால் என்ன நிகழப்போகிறது?'

'நம் யூனிட் சரணடைய வேண்டும். இந்த நிலையில் நாம் போராடுவது மடத்தனம்!'

'நெவர்! நெவர்!' என்றான் சுல்தான். 'சரண் என்றால்! அவர் களிடம், இந்தியர்களிடம் நாம் கைதிகளாக அகப்படுவோம்...'

'அதை எல்லாம் மறந்துவிடுவேனா?' சுல்தானுக்குக் குமாரின் ஞாபகம் வந்தது.

11

சரியாக மூன்று மணி நேரம் நிகழ்ந்தது அந்தப் போர். 'தி பேட்டில் ஆஃப் பத்மா' என்று அதை ஒரு வெளிநாட்டுப் பத்திரிகையின் நிருபர் பிற்பாடு துடிப்புடன் விவரிக்கப் போகும் போர்.

இந்தியர்கள் முதலில் பாலத்தின் பாதுகாக்கப்பட்ட பகுதியைத் தீவிரமாகத் தாக்கினார்கள். ஹண்டர் விமானங்கள் சில சேர்ந்துகொண்டு அந்தப் பாலத்தின் பாதுகாப்புகளை நிலத்திலிருந்தும் ஆகாயத்திலிருந்தும் இடித்தார்கள். துடித்தார்கள். வெடித்தார்கள். ஒடித்தார்கள். பதிலுக்கு பாகிஸ்தானியர்களின் பீரங்கிகள் சில முழங்கின. சில மழுங்கிப் போய் மௌனமாயின. தாக்குதலின் தீவிரத்தினாலும் எதிர்பாராத தன்மையாலும் பாகிஸ்தானியர்கள் தங்களைத் தாக்குவது எண்ணிக்கையிலும் சக்தியிலும் அதிகப்படியான ஒரு படை என்பதை உணர்ந்துகொண்டார்கள். ஆர்ட்டில்லரி யூனிட்டின் பாகிஸ்தானிய கமாண்டர், ஒரு லெஃப்டினெண்ட் கர்னல், கூடாரத்தில் கையைப் பிசைந்தார். ஆணைகளைக் குலைத்தார். அவர் கண்ணுக்கு முன்னே புழுதிப் படலத்தில் பாலத்தின் பாதுகாப்புச் சாதனங்கள் ஒவ்வொன்றாகச் சிதறுவதைப் பார்த்து வேறு வழியில்லாமல் முழு யூனிட்டுக்கும், பின்வாங்கி பாலத்தைக் கடக்க ஆணை கொடுத்தார். பின்வாங்கிப் பாலத்தின் அடியில் அமைத்திருக்கும்

டைனமைட்டை வெடிக்க வைத்து இந்தியர்கள் பாலத்தைக் கடக்க முடியாமல் செய்ய உத்தேசித்தார்.

பாலத்தைக் கடந்த பாகிஸ்தானியர்கள் பாலத்தின் மேற்புறத்திலிருந்து அணுகிய இந்தியத் துருப்புகளின் மற்றொரு பிரிவினரின் தாக்குதலுக்கு உட்பட்டார்கள்.

மறைந்தும், முழுவதும் சூழ்ந்தும் இருந்த அவர்களின் எதிர்பாராத தாக்குதலை பாகிஸ்தானியர்களால் சமாளிக்க முடியவில்லை. பாலத்தின் மேற்புறத்திலிருந்து தப்பிக்க முடியவில்லை. இரண்டு பக்கத்திலிருந்தும் தாக்கப்பட்டு மத்தியில் அகப்பட்டுக்கொண்டார்கள். அகப்பட்டவர்கள், சுடப்பட்டவர்கள், நதியில் விழுந்தார்கள். தப்பிக்கும் நம்பிக்கை அவர்களுக்கு முழுவதும் கழன்றது.

பாகிஸ்தானிய கமாண்டர் மேலும் உயிர்ச்சேதத்தைத் தவிர்க்க, முழுவதும் சரண் அடையும்படி உத்தரவு அளித்துவிட்டார். அதற்கான சங்கேதங்களை இந்தியர்களுக்குக் குறிப்பிட்டார்.

பீரங்கிகள் மௌனமாயின. புகைப் படலங்கள் மெதுவாகப் பூமியில் படிந்து ஓய்ந்தன.

சரியாக மூன்று மணி பதினெட்டு நிமிஷங்களில் பத்மா நதிப் பாலத்தின் பாகிஸ்தானிய யூனிட் விழுந்தது. சரண்!

பாலத்தருகே ஓர் எளிமையான நிகழ்ச்சியில் ரெஜிமெண்டின் பாகிஸ்தானிய கமாண்டர் சரண் பத்திரத்தில் கையெழுத்திட்டுத் தன் தோள் பட்டைகளையும் நட்சத்திரத்தையும் கழற்றி இந்தியத் துருப்புகளின் கமாண்டரிடம் சோகமாகக் கொடுத்தார். கைப் பற்றிய பாகிஸ்தானிய யுத்த சாதனங்கள் வரிசையாகக் கீழே கிடத்தப்பட்டன. பாகிஸ்தானிய சிப்பாய்களும் ஆபீசர்களும் அவர்கள் துப்பாக்கிகள் பிடுங்கப்பட்டு வரிசையாக நிறுத்தி வைக்கப்பட்டனர்.

இந்தியத் துருப்புகளின் தலைவர் பாகிஸ்தானியரிடம் கேட்டார். 'எங்கள் பைலட் ஒருவர் இங்கே பிடிபட்டு இருக்கிறார் என்று தெரிந்துகொண்டேன்.'

'ஆம்.'

'எங்கே அவர்?'

'ஒரு கேபினில் அடைத்துவைத்திருக்கிறோம். காட்டச் சொல்கிறேன்.'

'கேப்டன் சுக்தேவ் சிங்!'

அந்த சர்தார் விறைப்பாக முன்வந்து சல்யூட் அடிக்க, 'இவருடன் யாரையாவது அனுப்புங்கள். அனுப்பிக் காட்டச் சொல்கிறீர்களா?'

ஆஸிஃப், கைதிகளின் வரிசையிலிருந்து முன் வந்தான். 'நான் காட்டுகிறேன்!' என்றான்.

ஆஸிஃப்புடன் சுக்தேவ் சிங் சென்றான். 'உன் பெயர் என்ன?'

'ஆஸிப்!' என்றான்.

'தோஸ்த்! நீங்கள் திறமையாகச் சண்டையிட்டீர்கள்!'

'வி வேர் அவுட்நம்பர்ட்' என்றான் ஆஸிஃப்.

அவர்கள் அந்த கேபினை நோக்கி அவசரமாக நடந்தார்கள்.

கூடாரங்களிலிருந்து தனிப்பட்டு விலகி இருந்தது அந்த கேபின்!

'நேற்றிலிருந்து இங்கேதான் இருக்கிறான்!' என்று ஆஸிஃப் கேபினின் முன் பகுதிக்குச் சென்று அதன் கதவை...

கதவு திறந்திருந்தது. கேபின் காலியாக இருந்தது. குமார் இல்லை. 'வாட் த ஹெல்! வேர் இஸ் ஹி?'

'ஏன்?'

'இங்கேதானே அடைத்து வைத்திருந்தோம்? பூட்டி இருந்தோமே... எப்படி?'

ஆஸிஃப் யோசித்தான்.

'வேர் இஸ் தி பைலட்?' என்றார் சர்தார்ஜி.

'கேப்டன், ஒன்று செய்கிறீர்களா? தயவுசெய்து திரும்பி பாலத்துக்குப் போய் கமாண்டரிடம் சொல்லி கேப்டன் சுல்தான் மகமத் என்பவரை அழைத்து வாருங்கள்!'

சுக்தேவ் சிங், அருகிலிருந்த ஜவானை, 'நீ இங்கே இவரைப் பாதுகாத்துக் கொண்டிரு. நான் வருகிறேன்' என்றான்.

சற்று நேரத்தில் சுக்தேவ் சிங் திரும்பி வந்து, 'இல்லை' என்றான்.

'கைதானவர்களில் கேப்டன் சுல்தான் மகமத் என்பவர் இல்லை!'

'மிஸ்ஸிங்!' என்றான் ஆஸிஃப். 'இரண்டு பேரும் தப்பித்து விட்டார்களா? எங்கே போயிருப்பார்கள்?'

ஆஸிஃப் மற்றவர் பின்தொடர பாலத்தை நோக்கி நடந்தான்.

சுக்தேவ் சிங் இந்திய கமாண்டரிடம், 'சார், அந்தக் கேபினில் நம் இந்திய பைலட் இல்லை!' என்று சொன்னான்.

'இல்லையா?'

'ஆம். கேபின் திறந்து கிடக்கிறது.'

'வாட் இஸ் இட் கேப்டன் ஆஸிஃப்?' என்றார் பாகிஸ்தானிய கமாண்டர்.

'சார், கேப்டன் சுல்தான் மகமத் எங்கே?'

'சுல்தான் இல்லை. இறந்து போயிருக்கலாம்... அல்லது...'

'சுல்தானுக்குத் தெரிந்திருக்கும். எங்கே அவன்?'

'நீங்கள் பேசிக்கொள்வது எனக்குப் புரியவில்லை. ஸ்க்வாட்ரன் லீடர் குமார் எங்கே? எந்த ஆபீசரிடம் ஒப்படைத்தீர்கள்?'

'விசாரிக்கிறேன்...'

'கர்னல்! லெட் தேர் பி நோ ஃபன்னி பிஸினஸ்! நீங்கள் அந்த பைலட்டைக் கொன்று விட்டீர்களா?'

'இல்லை.'

'எனக்கு அந்த பைலட் வேண்டும்! யூ பெட்டர் கெட் ஹிம்! கெட் ஹிம்!' என்றார் இந்திய கமாண்டர்.

சுல்தான் கரையோரமாக ஓடிக்கொண்டிருந்தான். பின்னால் திரும்பிப் பார்க்காமல் இரைக்க ஓடிக்கொண்டிருந்தான்.

அவனிடம் ரைஃபிள் இல்லை. காய்ந்த இலைகளின்மேல் அவன் ஓட்டத்தின் சரசரப்பு அவனுக்கே பயம்தர ஓடினான். வாயால் மூச்சு விட்டுக்கொண்டு சட்டையெல்லாம் வியர்வையில் நனைந்திருக்க...

பாலத்தின் கீழ்க்கரையில் மிக வெளியே அரைவட்டமாக மூடிக் கொண்டு, சரண் அடைந்த செய்தி வந்ததும் பாலத்தை நோக்கி குறுகிக்கொண்டிருந்த இந்தியத் துருப்புகளின் பின்னணி அமைப்பு ஒன்று இருந்தது.

சுல்தான் போன்று தப்பிச் செல்ல நினைப்பவர்களை மடக்கிப் போடுவதற்கான ரியர் கார்ட் அமைப்பு அது. அவர்களை நோக்கித்தான் சுல்தான் ஓடிக்கொண்டிருந்தான்.

மிக வேகமாக ஓடிக்கொண்டிருந்த சுல்தான் ஒரு கேட்டைக் கடந்து செல்கையில் அம்பு வடிவத்தில் முன்வந்து கொண் டிருந்த ஆறு இந்திய ஜவான்களைப் பார்த்தான்.

உடனே பயத்தால் உறைந்து ப்ரேக் போட்டதுபோல் சட்டென்று நின்றான். சற்றுநேரம் சாலையைக் கடக்க எண்ணும் பூனை போல் என்ன செய்வது என்று யோசித்து, உடனே நதிப்புறம் சென்று நதியில் குதித்துவிடலாம் என்று தீர்மானித்து வலது பக்கம் திரும்பி ஓடினான்.

'ஓடாதே, சுடுவோம்!' என்று அவர்கள் சப்தமிட்டார்கள். சுல்தான் அதை மதிக்காமல் ஓட, இந்தியர்கள் சுட்டார்கள். சுல்தானின் முட்டியைச் சிதற அடித்தது குண்டு. சுருண்டு விழுந்தான்.

அவர்கள் மெதுவாக அவனை அணுகி அவன் காலில் அடிபட்டு ரத்தமாக இருப்பதைப் பார்த்து அவனை எடுத்தார்கள். சோதனை போட்டார்கள்.

'ஹி இஸ் கேப்டன்!'

'உன் பெயர் என்ன கேப்டன்?' என்றார் அந்த செகண்ட் லெஃப்டினென்ட்.

'சுல்தான்!' என்றான் மிகவும் வேதனையுடன்.

'லெட்ஸ் டேக் ஹிம்!'

அரை மணியில் சுல்தான் பாலத்துக்கு மறுபடி கொண்டு வரப்பட்டான். இந்திய கமாண்டரிடம் ஒப்படைக்கப்பட்டான். 'சார், இந்த ஆபீசர் தப்பிக்க முயன்றபோது பிடிக்கப்பட்டார்.'

'உன் பெயர் என்ன கேப்டன்?'

'சுல்தான் மகமத்.'

'ஓ! நீதானா? உனக்காகத்தான் நாங்கள் அலைந்து கொண்டிருக்கிறோம். எங்கள் பைலட் எங்கே?'

'பைலட்?'

'ஆம். இந்திய பைலட். எஜக்ட் செய்து இங்கே விழுந்து கைதானவர். உனக்கு விவரம் தெரியும் என்று உங்கள் கமாண்டர் சொன்னார்.'

'ஓ எஸ். ஸ்க்வாட்ரன் லீடர் குமார்?'

'ஆம்.'

'கேபினில் இருக்கிறார். காம்ப்பின் கோடியில் ஒரு கேபின் இருக்கிறது. அங்கே அடைத்துவைத்திருக்கிறோம். வாருங்கள், காட்டுகிறேன்.'

'கேபினில் இல்லை. கேபின் திறந்து கிடக்கிறது.'

'இல்லையா?'

'இல்லை!'

'தப்பித்திருக்கவேண்டும். நான் தேட முயல்கிறேன். ஆனால் நான் வேதனையில் இருக்கிறேன்' என்று தன் முழங்காலைக் காட்டினான் சுல்தான்.

அவன் முழங்கால் ரத்தச் சேறாக இருப்பதைப் பார்த்த கமாண்டர், 'அடிபட்டிருக்கிறான்' என்றார்.

'தப்ப முயன்றான். சுட வேண்டியிருந்தது.'

'நிறைய ரத்தம் இழந்திருக்கலாம். உடனே இவனை ஏ.எம்.ஸி. யூனிட்டுக்குக் கொண்டுசெல்ல ஏற்பாடு செய். இவனுக்கு வைத்திய உதவி தேவையாக இருக்கிறது.'

அவர்கள் சுல்தானை அழைத்துச் செல்வதை கைதிகளின் வரிசையில் இருந்த ஆஸிஃப் பார்த்தான்.

சுல்தான், ஆஸிஃபின் பார்வையைத் தவிர்த்தான்.

'குமார் எங்கே போயிருக்க முடியும்?'

குமார் எங்கே என்று சொல்வதற்கு, சற்று முன்செல்ல வேண்டி யிருக்கிறது. பாகிஸ்தானியர்கள் சரண் அடையும் சமயம் சுல்தான் மகமத் என்ன செய்தான் என்பதைச் சொல்லலாம்.

அப்போது சுல்தான் மகமதின் மனத்தில் ஒரே ஓர் எண்ணம்தான் விரவி இருந்தது. இந்தியர்கள் எங்கும் சூழ்ந்துவிட்டார்கள். இன்னும் அரை மணியில் அவர்களிடம் எல்லோரும் அகப் பட்டுக்கொள்ளப் போகிறோம். நானும் அகப்பட்டுக் கொள்வேன். நான் இந்தியர்களிடம் கைதியாகப் போகிறேன். கைதியானால் என்ன ஆவேன்?

அந்த இந்திய விமானியை- கேபினுக்குள் அடைத்து வைக்கப் பட்டிருக்கும் அவனை- இந்தியர்கள் விடுவிப்பார்கள். அவன் என்ன செய்வான்? என்னை அந்த பாகிஸ்தானியக் கேப்டன் தலைகீழாகத் தொங்கவைத்து உடல் பூராவும் பயோனெட் டினால் குத்தித் துன்புறுத்தினான்.

அப்படியா? யார் அவன்? இவனா... இவனா... இவனா? இவன் தான்! அவர்கள் என்னைச் சட்டை உரிப்பார்கள். தலைகீழாக நிறுத்துவார்கள். நேரமில்லை, நேரமில்லை, நேரமில்லை. சுல்தான் அந்தக் கேபினை நோக்கி அவசரமாக நடந்தான். கதவைத் திறந்தான்.

உள்ளே இருந்த குமார்- அவனுக்கு அவன் உடைகள் திரும்பத் தரப்பட்டிருந்தன- இரவு பூராவும் வேதனையில் இருந்திருக் கிறான். உடலில் காயங்களின் ரத்தம் உறைந்து எப்போதோ எழுந்து, எப்போதோ வேதனைத் தூக்கம் தூங்கி, காலை ஷெல்களின் சப்தம் கேட்டு, இந்தியர்கள் வந்து விட்டார்கள் என்ற நம்பிக்கை ஏற்பட்டு...

குமார் விழித்துக்கொண்டுதான் இருந்தான். திடீரென்று கதவு திறந்தது.

'வெளியே வா' என்றான் சுல்தான்.

'ஏய், என்ன?' என்றான் குமார்.

'உன்னை விடுவிக்கிறோம். எழுந்து வா.'

குமாரின் உடல்நிலை அவன் எழுந்திருக்கும்படியாக இல்லை. ஆனால் 'உன்னை விடுவிக்கிறோம்' என்கிற வாக்கியம் தந்த புத்துணர்ச்சியில் அவன் கொஞ்சம் சக்தி பெற்று எழுந்து வெளியே வந்து தடுக்கித் தயங்கினான்.

'இந்தியர்கள் வந்துவிட்டார்கள். உன்னை அவர்களிடம் ஒப்படைக்க வேண்டும். வா! வா என்னுடன்!' என்றான்.

குமார் நடக்க ஆரம்பித்தான். முடியாமல் தொய்ந்தான். சுல்தான் அவனுக்கு கைலாகு கொடுத்து நடக்க வைத்தான்.

'தாங்க் யூ கேப்டன்! ஆஃப்டர் ஆல்!' என்றான். சுல்தானின் மேல் குமார் சாய்ந்திருக்க அந்த பாகிஸ்தானி, குமாரை நதி ஓரத்துக்கு அழைத்துச் சென்றான். அவன் செயலில் சற்று அவசரம் இருந்தது. அவன் தன்னைச் சற்று இழுப்பதாகப் பட்டது.

'பீரங்கிகள் மௌனமாகி விட்டன' என்றான் குமார்.

'சண்டை முடிந்து விட்டது. நாங்கள் நேற்று தோற்று விட்டோம். நாங்கள் சரணடைந்து விட்டோம். இந்தியர்கள் வந்து விட்டார்கள்...'

'இட்ஸ் டைம்' என்றான் குமார் ஹீனமாக.

இவன் ஏன் என்னை இழுக்கிறான்? என்னை எங்கே இட்டுச் செல்கிறான்?

'எங்கே இந்தியர்கள்?'

'அங்கே.'

திடீரென்று குமாருக்கு அந்தப் பயம் உதயமாகியது.

'நோ' என்றான்.

'என்ன?'

பதினாலு நாட்கள் ♦ 93

'என்னை எங்கே தனியாக அழைத்துச் செல்கிறாய்? மற்றவர்கள் எங்கே?'

'என்னுடன் வா.'

'எதற்கு?'

'இந்தியர்களிடம் உன்னைக் கொடுக்கவேண்டும்.'

'அவர்கள் என்னிடம் வரட்டும்.'

'நான் சொல்வதைக் கேள்.'

அவர்கள் கரைக்கு வந்துவிட்டார்கள். திடீரென்று சரியும் பூமி. குமாரால் நிற்க முடியவில்லை. சுல்தான் சற்றே பின் சென்றான். தன் துப்பாக்கியை இடது கையிலிருந்து வலது கைக்கு மாற்றிக் கொண்டான். சுல்தான் இன்னும் பின் சென்றான். சுல்தான் துப்பாக்கியை உயர்த்தினான்.

'யூ ஃபூல்! என்ன செய்யப் போகிறாய்?'

சுல்தான் இன்னும் பின்வாங்கிக் கொண்டு ரைஃபிளின் பூட்டை விடுவித்தான். 'க்ளிக்' என்று சப்தம் சுலபமாகக் குமாருக்குக் கேட்டது.

'உனக்கு என்ன பைத்தியம் பிடித்துவிட்டதா? என்னைக் கொல்லப் போகிறாயா? என்னைக் கொல்வதால் என்ன லாபம்? திங்க், கேப்டன், திங்க்! யூ இடியட், திங்க்!'

சுல்தான் மெலிதாகப் புன்னகைத்தான். நிதானமாகக் குறி பார்த்தான்.

மார்பா, வயிறா, இல்லை இன்னும் கீழேயா? எங்கே சுடலாம்? சுல்தானின் துப்பாக்கி முனை மெதுவாகத் தேடியது.

'வெய்ட்! வெய்ட்! கொஞ்சம் யோசித்துப் பார்!'

குமார் கெஞ்சவில்லை. மன்றாடவில்லை. அவனுக்கு இன்னும் அந்த அதிர்ச்சி விலகவில்லை. அவனிடம் மானிடத்தில் நம்பிக்கை இருந்தது. இம்மாதிரி இவ்வளவு கோழைத்தனமான செயல் இந்தப் பிரபஞ்சத்திலே நிகழவே நிகழாது என்கிற நம்பிக்கை இருந்தது.

'டுமீல்!'

துப்பாக்கி வெடித்து, அதன் ஒலி மரங்களின் ஊடே படிப்படியாக எதிரொலித்தது.

குமார் அப்படியே வயிற்றைப் பிடித்துக்கொண்டு முன்னே கவிழ்ந்தான். அவன் நினைவு பிரியுமுன் அவன் உதடுகளில் மஞ்சு என்கிற வார்த்தை உறைந்தது.

12

மிகவும் ரத்த சேதம் அடைந்திருந்த மகமதை அங்கிருந்து மெடிக்கல் கோர் யூனிட்டுக்கு ஓர் ஆம்புலன்ஸ் டிரக்கில் எடுத்துச் சென்றார்கள். அங்கே அவனுக்குக் காயம் சுத்தப்படுத்தப்பட்டு தையல்கள் போடப்பட்டு அவனுக்கு ரத்தமும் தரப் பட்டது.

கூடாரத்துக்குள் ரத்த பாட்டிலிலிருந்து நுரை பொங்க மெதுவாக அவனுள் ரத்தம் செலுத்தப்பட்ட போது சுல்தான் மகமத் அரை மயக்க நிலையிலிருந்து கண் விழித்தவுடன் எதிரே நின்று கொண்டிருந்த அந்த இளம் இந்திய டாக்டரின் புன்சிரிப்பைப் பார்த்தான். 'யூ ஃபீல் பெட்டர் நௌ?' என்று அந்த இளைஞன் கேட்டான்.

சுல்தான் தலையசைத்தான். சுற்றிலும் பார்த்தான். கூடாரத்துக்குள் சுத்தமாக இருந்தது. கான்வாஸ் கட்டிலில் அவன் சௌகரியமாகப் படுத்திருந்தான். தன் உடை மாற்றப்பட்டிருந்தது தெரிந்தது. தன் முழங்காலில் புதிய பாண்டேஜ் போடப்பட் டிருந்தது தெரிந்தது.

சுல்தானின் மனத்தில் அந்தக் காட்சி விரிந்தது. அவன் தப்பித்து ஓடுவதற்குமுன் சுடப்பட்ட குமாரை, தன் ரைஃபிளை வைத்து விட்டு நதிக் கரையில் சரிவு வரை கொண்டு சென்றதும்,

அங்கிருந்து தள்ளியதும், குமாரின் உடல் நதிக்கரையில் கால்கள் தொடும்வரை உருண்டதும், தூரத்தில் 'ஹால்ட்!' என்ற குரல் கேட்டதும், தன் இதயம் படபடத்ததும், சமயமில்லை என்று ஓடத் தொடங்கியதும்...

ரத்தம் இன்னும் அவனுள் இறங்கிக்கொண்டிருந்தது. சுல்தான் தன் மனத்துக்குள் சஞ்சலப்பட்டான்.

'கேப்டன்!' என்று கூப்பிட்டான் உடலை அசைக்காமல்.

'என்ன?'

'அந்த இந்திய பைலட்டைக் கண்டுபிடித்துவிட்டார்களா?'

'இன்னும் இல்லை. ஏன்?'

சுல்தான் கண்களை மூடிக்கொண்டான். சொல்லக்கூடாது. சொன்னால் என் சௌகரியங்கள் என்ன ஆவது? அவர்களாகக் கண்டுபிடிக்கட்டுமே! கண்டுபிடித்தாலும் நான்தான் சுட்டேன் என்று எப்படித் தெரிந்துபோகும்? ஆஸிஃப்! ஆஸிஃப் சொல்வானா? அவன் சொல்ல மாட்டான். சொல்லக்கூடாது...

'கொஞ்சம் டீ தருகிறீர்களா?'

'தரச் சொல்லுகிறேன்!'

வெளியே ஆள் நடமாட்டம் கேட்டது. ஓர் இந்திய ஆபீசருடன் ஆஸிஃப் உள்ளே நுழைந்தான்.

'ஹலோ ஆஸிஃப்' என்று ஒரு தடவை அவனைப் பார்த்துவிட்டு பார்வையை சரித்துக்கொண்டான்.

'சுல்தான்! ஆர் யூ ஆல்ரைட்?'

'ஐம் ஃபைன்!'

ஆஸிஃப் அவனருகில் உட்கார்ந்தான். 'உன்னிடம் பேசுவதற்கு அனுமதி வாங்கிக்கொண்டு வந்தேன். இந்தியர்கள் அனுமதித்தார்கள். நல்லவர்கள்!'

'எதற்கு? எதைப் பற்றிப் பேச?'

'எதற்கு என்று தெரியாதா உனக்கு? சுல்தான்! ஸ்க்வாட்ரன் லீடர் குமாரை என்ன செய்தாய்?'

'நான் ஒன்றும் செய்யவில்லை. கடைசி நேரத்தில் ஓடிப் போய்விட்டான்!'

'ஓடிப் போய்விட்டானா? என்னைப் பார்த்து பதில் சொல்.'

'அப்படித்தான் இருக்கவேண்டும். ஐ வாஸ் டூ பிஸி.'

ஆஸிஃப் அந்த ரத்த பாட்டிலைப் பார்த்தான். 'இந்திய ரத்தம்' என்றான்.

'இது அவர்கள் கடமை!'

'நீ உன் கடமையைத்தான் செய்தாயா?'

'ஆம், என் கடமையைத்தான் செய்தேன்.'

'சுல்தான்! குமாரைக் கொன்றது கடமையா?'

'நான் கொல்லவில்லை! கொல்லவில்லை!'

'பொய். சுல்தான், உனக்கு வெட்கமாக இல்லையா?'

'ஏன்?'

'சுல்தான்! நீயாக ஒப்புக்கொள்வாய் என்று நினைத்தேன். அவர்கள் குமாரின் உடலை நதிக்கரையில் கண்டுபிடித்து விட்டார்கள். கொண்டு வந்தார்கள். நான் பார்த்தேன். அவன் வயிற்றில் சுடப்பட்டிருக்கிறான்' என்று நிறுத்தி அவனைப் பார்த்தான்.

'ஸோ?' என்றான் சுல்தான். மேலும், 'ஸில்லி ஃபெல்லோ! போர் நடவடிக்கைகளின்போது வெளியே தப்பிக்க முயன்றிருக்கிறான். குண்டடி பட்டிருப்பான்.'

'சுல்தான்! அவன் கிட்டத்தில் எதிரில் பிடிவாதமாக சுடப்பட்டிருக்கிறான். நீ ஏன் அவனைச் சுட்டாய்?'

'நான் சுடவில்லை.'

'நீ மனிதனல்ல. உனக்கு ரத்தம் கொடுத்து, பத்திரமாகப் படுக்க வைத்து, டீ கொடுத்து உபசரிக்கிறார்கள். உன் மனச்சாட்சியின்

ஏதாவது மூலையிலிருந்து, 'எனக்கு மன்னிப்பு வேண்டும்' என்கிற ஒரு சிறிய வாக்கியம் ஒலிக்கவில்லையா? அவ்வளவு கொடிய மிருகமா நீ?'

'ஹெய்! கெட் மீ அனதர் கப் ஆஃப் டீ! டீ சாப்பிடுகிறாயா ஆஸிஃப்?'

'சுல்தானே! உனக்காக நான் வெட்கப்படுகிறேன். உனக்காக நான் தொழ விரும்புகிறேன். உனக்காக நான் மன்னிப்பு கேட்டுக் கொள்ள விரும்புகிறேன்.'

'ஆஸிஃப், இந்தியர்கள் நம்மை ஏமாற்றிவிட்டார்கள். நம்மைப் பிரித்துவிட்டார்கள். நம்மை... நம்மை... அவர்கள் சைத்தான் கள்! அவர்களை அடுத்த போரில் நாம் வெல்வோம். இந்தத் தோல்வி ஒரு தாற்காலிகமான தோல்வி!'

'சுல்தான்! நீ அவர்களிடம் ஒப்புக்கொள்ளப் போகிறாயா, இல்லையா?'

'என்ன, நான் சுட்டேன் என்றா? யார் பார்த்தார்கள்? நான் சுட்டதை யார் பார்த்தார்கள்?'

'தூ!' என்று துப்பிவிட்டு ஆஸிஃப் எழுந்தான். 'நான் இந்தியர் களிடம் சொல்லப்போகிறேன். சொல்லிவிடப் போகிறேன். நீதான் ஸ்க்வாட்ரன் லீடர் குமாரைச் சுட்டாய் என்று. அவர்கள் உன்னை ஒரு கொலைக்காக விசாரணை செய்யட்டும். தீர்ப்பு அளிக்கட்டும்.'

'ஆஸிஃப், நில்!'

ஆஸிஃப் நிற்கவில்லை.

இருள். கூடாரத்தில் படுத்திருந்த சுல்தானுக்கு உறக்கம் வரவில்லை. ஆஸிஃப் போய் இன்னேரம் சொல்லியிருப்பான். அவர்கள் நாளை வருவார்கள். என்ன செய்வார்கள்? ஆஸிஃப் சொல்லியிருப்பான், எந்த எந்த விதத்தில் கொடுமை செய் திருக்கிறான் என்று...

என்னை என்ன செய்வார்கள்? என்னையும் தொங்க விடுவார்களா? எப்படியும் என்னை விடுவிக்க மாட்டார்கள். தனியாக கோர்ட் விசாரணை செய்வார்கள். கோர்ட் மார்ஷியல்! மரண தண்டனை!

பதினாலு நாட்கள் ♦ 99

சுல்தான் மகமத் படுத்திருந்தது ஏ.எம்.சி. கூடாரம் ஒன்றில். பெரும்பாலான பாகிஸ்தானியக் கைதிகள் அங்கிருந்து ஒரு ஃபர்லாங் விலகி, தாற்காலிகமாக அமைக்கப்பட்ட கைதி முகாமில் இருந்தார்கள். சுல்தான் போன்ற காயமுற்ற கைதிகள் மட்டும் இங்கே மருத்துவப் பகுதியில் இருந்தார்கள். காவல் பலம் அதிகம் இல்லாத பகுதி.

சுல்தானுக்கு ஒருவித அதிர்ஷ்டம் இருந்தது என்றுதான் சொல்ல வேண்டும். பின்னிரவில் அவன் எழுந்தான். எழுந்து நொண்டி நொண்டி நடந்து கூடாரத்துக்கு வெளியே வந்தான். மிகவும் இருளாக இருந்தது. மெதுவாகக் கயிற்றைப் பிடித்துக்கொண்டு கூடாரத்தைச் சுற்றி வந்தான். தாற்காலிகக் கம்பி வேலியைத் தொட்டான். அதைப் பிரித்தான். கீழே உட்கார்ந்தான். படுத்துக் கொண்டான். தன் உடம்பைத் தேய்த்துக் கம்பியை உயர்த்திக் கொண்டு வேலியைக் கடந்தான். சற்று நேரம் ஆசுவாசப்படுத்திக் கொண்டான். ஒருவரும் கவனிக்கவில்லை.

சுல்தான் மகமத் மெது மெதுவாக எழுந்தான். வேலியை விட்டு விலகி நடந்தான். நொண்டிக்கொண்டே நடந்தான். நின்றதில் அவன் காயம் பட்ட முழங்காலில் ரத்தம் பாய, வேதனை அதி கரித்தது. அந்த வேதனையையும் மீறி, தப்பிக்கும் ஆசை மேலோங்கியது. மிகவும் பிரயத்தனத்துடன் நடந்தான். பொதுவாக, இந்திய முகாமிலிருந்து விலகிப்போகும் உத்தேசத் துடன் வேலிப்புறத்துக்கு நேர்க்கோணத் திசையில் நடந்தான்.

வலது புறத்தில் வானம் வெளுப்பதிலிருந்து வடக்காக நடக் கிறோம் என்று அறிந்துகொண்டான். வெளிச்சம் வருவதற்குள் நெடுந்தூரம் நடந்துவிடவேண்டும். நெடுந்தூரம்! சுல்தான் தன் வேதனைகளை மறந்து விரைவாக நொண்டி நடந்தான்.

சுல்தான் சிரித்துக்கொண்டான். என்னை அவர்கள் ஒன்றும் செய்துவிட முடியாது. என்னை அவர்கள் கோர்ட் மார்ஷியல் செய்ய முடியாது. நான் சுதந்தரம் பெற்றுவிட்டேன். நான் தப்பித்து விட்டேன்! தப்பித்து விட்டேன்...

இருள் பிரிந்து மெலிதாக வெளிச்சம் வந்தபோது சுல்தான் அவர்களைப் பார்த்தான். முதலில் அவர்களை இலைகளின் சலசலப்பாகக் கேட்டு உறைந்து நின்றான். அப்புறம் வெளிப் பட்ட அந்த முக்தி பாஹினி இளைஞர்களைப் பார்த்தான்.

சட்டையும், சட்டை இல்லாமலும், லுங்கியும், செருப்பும், செருப்பு இல்லாமலும் எல்லோரும் மயிர் வளர்த்த இளைஞர்கள்... எல்லோரிடமும் ஆளுக்கு ஒரு ரைஃபிள் இருந்தது. ஒன்பது பேர். அவர்கள் அவன்மேல் பரவினார்கள்.

ஜுல்ஃபிகார் அலி பூட்டோ ஆயிரம் வருஷம் போராடுவோம் என்று சொன்ன போர் சரியாகப் பதினாலு நாட்களில் முடிந்தது. பதினாலு நாட்கள்! ஆயிரக்கணக்கில் இந்தியர்கள் இறந்த பதினாலு நாட்கள். எத்தனையோ வாழ்நாட்களை, எத்தனையோ ஆசைகளை, தாபங்களை, இளம் அரவணைப்புகளை அணைத்த பதினாலு நாட்கள். ராஷ்டிரபதி சரம் சரமாக விருதுப் பட்டியல் களை விடுத்தார். இந்திரா மகத்தான தலைவர் என்று மக்களவை யின் மையக் கட்டடத்தில் டெஸ்க்குகளை உடைத்தார்கள்... சினிமா நடிகர்கள், நடிகைகள், பாடகர்கள் ஆர்க் விளக்கின் வெளிச்சத்தில் வியர்வையும் தேசபக்தியுமாக எழுந்தார்கள். இறந்துபோன ராணுவத்தினரின் நலத்துக்கு கன்னிப் பெண்கள் பரதநாட்டியம் ஆடினார்கள்.

மஞ்சு!

மஞ்சு அந்த விமான நிலையத்தில் காத்திருந்தாள். உடன் நிறைய விமானப்படை ஆபீசர்கள் இருந்தார்கள். ஹரி ஏரோப்ளேன்களை வேடிக்கை பார்த்துக்கொண்டிருந்தான். மஞ்சு தன் தலையை மூடிக்கொண்டிருந்தாள். கண்களில் கறுப்புக் கண்ணாடி போட் டிருந்தாள்.

விமானப் படையைச் சேர்ந்த கரிபா விமானம்- உயர்ந்த வால், காக்கிப் பச்சை நிறம்- ரன்வேயில் இறங்கி மிகச் சிக்கனமான தூரத்தில் நின்று உடனே திரும்பி துடிப்பாக அவர்களை நோக்கி வந்தது. விமானத்துக்காகக் காத்திருந்த ஆம்புலன்ஸ் வண்டியின் செஞ்சிலுவை பெரிதாகத் தெரிந்தது.

விமானம் நின்றுபோக, மஞ்சுவும் மற்றவர்களும் விமானத்தை நோக்கி நடந்தார்கள். மஞ்சுவின் புடைவையைக் காற்று அலைக் கழித்தது. அவள் மறுபடி போர்த்திக்கொண்டாள். ஹரி துள்ளித் துள்ளி ஓடினான்.

விமானத்தின் பின்புறத்துக் கதவு திறக்கப்பட்டது. அதிலிருந்து மெதுவாக, மிக மெதுவாக, ஸ்ட்ரெச்சர்கள் நீக்கப்பட்டன. அந்த ஸ்ட்ரெச்சர்களில்...

ஒன்றில் -

குமார்!

மஞ்சு விசித்து அழுதுகொண்டே அருகில் சென்றாள்.

'அவ்வளவுதான் கதை' என்றான் அவன்.

நான் அவனையே பார்த்துக் கொண்டிருந்தேன்.

'ஆச்சரியம்' என்றேன். 'மிகவும் ஆச்சரியம்!'

'எது?'

'உங்களை நான் பார்த்துக்கொண்டிருப்பது.'

அவன் சிரித்தான். 'மாடர்ன் மெடிஸின்! அவர்கள் என்னை நதிக் கரையில் பொறுக்கியபோது நான் இறந்து விட்டேன் என்றே நினைத்திருக்கிறார்கள். ஒரு ஏ.எம்.சி. கேப்டன்தான் நூலிழை போல மூச்சு இருப்பதை உணர்ந்து உடனே தாற்காலிகமாகக் கூடாரத்தில் குண்டை நீக்கி மிகக் குறைந்த சாதனங்களுடன் ஆபரேஷனைத் தொடங்கிவிட்டார். அப்புறம்... அப்புறம்... நீங்கள்தான் என்னைப் பார்க்கிறீர்களே! நான் உயிருடன்தான் இருக்கிறேன். முழுசாக வயிற்றில் பெரிய தழும்பு. அவ்வளவு தான். இன்னும் சில தினங்களில் மறுபடி பறக்க ஆரம்பித்து விடுவேன். நீங்கள் இதையெல்லாம் எழுதப் போகிறீர்களா?'

'ஆம். உங்களுக்கு ஆட்சேபணை இல்லையே!'

அவன் யோசித்தான். 'ம்... இல்லை. ஆனால் நோ நேம்ஸ் ப்ளீஸ்...'

'உங்கள் பெயரை உபயோகப்படுத்த மாட்டேன். என்னைப் பொருத்தவரை நீங்கள் குமார். ஸ்க்வாட்ரன் லீடர் குமார்.'

'நான்?' என்றாள் அவன் மனைவி.

'நீங்கள்... நீங்கள் மஞ்சு. இவன் ஹரி!'

'நீ என்ன செய்தாய்? வீட்டில் உட்கார்ந்துகொண்டு டெலிவிஷன் பார்த்துக்கொண்டிருந்தாய். நான் தலைகீழாகத் தொங்கியதைக் காட்டினார்களா?'

'மஞ்சு' 'குமாரை' பொய்க் கோபத்துடன் பார்த்தாள். 'நான் பட்ட பாட்டை எழுத இவருக்குக் காகிதம் போதாது.'

'எதை எழுதுவீர்கள் நீங்கள்? யாரைப் பற்றி எழுதினாலும் போதாதே. இன்ஜினியர்களைப் பற்றி எழுதுவீர்களா, இன்ஃபண்ட்ரி பற்றியா, மெடிகல் கோர் பற்றியா, விமானிகள் பற்றியா, கன்னர்கள் பற்றியா, கடற்படை பற்றியா, ஜெனரல்களைப் பற்றியா, இல்லை அந்தத் தேசத்தில் மௌனமாக மாண்ட லட்சக்கணக்கான ஜனங்களைப் பற்றியா? யாரைப் பற்றி?'

'உங்களைப் பற்றி' என்றேன் நான்.

'நான் ஒரு சாதாரண பைலட். ஐ டிட் மை ஜாப்!' என்றான் அவன்.